மாயாஜால விலங்குகளும்

அவை ரகசியமாக உலாவும் இடங்களும்

THE HARRY POTTER SERIES

In reading order:
Harry Potter and the Philosopher's Stone
Harry Potter and the Chamber of Secrets
Harry Potter and the Prisoner of Azkaban
Harry Potter and the Goblet of Fire
Harry Potter and the Order of the Phoenix
Harry Potter and the Half-Blood Prince
Harry Potter and the Deathly Hallows

Also available in Latin:
Harry Potter and the Philosopher's Stone
Harry Potter and the Chamber of Secrets

Also available in Welsh, Ancient Greek and Irish:
Harry Potter and the Philosopher's Stone

COMPANION VOLUMES
Available in English, Bangla, Gujarati, Hindi, Kannada, Malayalam, Marathi, Tamil, and Telugu

Fantastic Beasts and Where to Find Them
Quidditch Through the Ages
(Published in aid of Comic Relief and Lumos)

The Tales of Beedle the Bard
(Published in aid of Lumos)

The three companion volumes also available as:
The Hogwarts Library
(Published in aid of Comic Relief and Lumos)

ILLUSTRATED EDITIONS
Illustrated by Jim Kay
Harry Potter and the Philosopher's Stone
Harry Potter and the Chamber of Secrets
Harry Potter and the Prisoner of Azkaban
Harry Potter and the Goblet of Fire
Illustrated by Jim Kay with Neil Packer
Harry Potter and the Order of the Phoenix

Illustrated by Olivia Lomenech Gill
Fantastic Beasts and Where to Find Them

Illustrated by Chris Riddell
The Tales of Beedle the Bard

Illustrated by Emily Gravett
Quidditch Through the Ages

ஜே. கே. ரோலிங்

மாயாஜால விலங்குகளும்

அவை ரகசியமாக உலாவும் இடங்களும்

நியூட் ஸ்கமேன்டர்

படவிளக்கம் செய்தவர் டோமிஸ்லாவ் டோமிக்

BLOOMSBURY
LONDON OXFORD NEW YORK NEW DELHI SYDNEY

in association with
Obscurus Books
18a Diagon Alley, LONDON

BLOOMSBURY INDIA
Bloomsbury Publishing India Pvt. Ltd
Second Floor, LSC Building No. 4, DDA Complex, Pocket C – 6 & 7,
Vasant Kunj, New Delhi 110070

BLOOMSBURY, BLOOMSBURY INDIA and the Diana logo are trademarks of
Bloomsbury Publishing Plc

First published in Great Britain in 2001 by Bloomsbury Publishing Plc

Tamil translation of *Fantastic Beasts and Where to Find Them*
First published in Tamil, 2023

Tamil edition co-ordination by TranslationPanacea, Pune
Translated from English to Tamil by PSV Kumarasamy

Text design by Becky Chilcott

ISBN: 978-93-88134-32-3
2 4 6 8 10 9 7 5 3 1

Printed and bound in India by Thomson Press India Ltd

Comic Relief (UK) was set up in 1985 by a group of British comedians to raise funds for projects promoting social justice and helping to tackle poverty. Monies from the worldwide sales of this book will go to help children and young people in the UK and around the world, preparing them to be ready for the future – to be safe, healthy, educated and empowered.

Comic Relief is the trading name of Charity Projects, a registered charity in the UK with charity nos. 326568 (England/Wales) and SC039730 (Scotland).

Named after the light-giving spell in the Harry Potter books, Lumos is a charity founded by J.K. Rowling. Lumos are fighting for every child's right to a family, by transforming care systems around the world. Our aim is to light a path to a brighter future for children, where all children can grow up in safe and loving families.

We are fighting for family. We are Lumos.
To find out more visit www.wearelumos.org

Lumos is the operating name of Lumos Foundation, a company limited by guarantee registered in England and Wales, number 5611912. Registered charity number 1112575

FSC www.fsc.org
MIX
Paper from responsible sources
FSC® C010615

To find out more about our authors and books visit www.bloomsbury.com and sign up for our newsletters

இப்புத்தகத்தை எழுதி அதன் ராயல்டி முழுவதையும்
காமிக் ரிலீஃப் அமைப்பிற்கும் லூமோஸ் அமைப்பிற்கும்
பெருந்தன்மையுடன் கொடுக்க முன்வந்த
ஜே.கே. ரோலிங்கிற்கு நன்றி

உள்ளடக்கம்

நூலாசிரியரின் சிறப்புரை

'மந்திரவாதிகளுக்கான பதிப்பில்'
மட்டுமே இது
இடம்பெற வேண்டும்

2001ல் என்னுடைய இப்புத்தகத்தின் மறுபதிப்பு முதன்முறையாக மகுள் வாசகர்களுக்காக வெளியிடப்பட்டது. மிகவும் மதிக்கப்படுகின்ற மகுள்களின் தொண்டு நிறுவனமான காமிக் ரிலீஃப் அமைப்பிற்கு நிதி திரட்ட உதவுவதற்காக, இதுவரை கடைபிடிக்கப்பட்டு வந்த பாரம்பரியங்களை மீறி இந்த வெளியீட்டிற்கு மினிஸ்ட்ரி ஆஃப் மேஜிக் அனுமதி அளித்துள்ளது. இது ஒரு கற்பனைப் படைப்பு என்று மகுள்களுக்கு உறுதியளிக்கும் வாசகங்கள் இப்பதிப்பில் கண்டிப்பாக இடம்பெற வேண்டும் என்ற நிபந்தனை எனக்கு விதிக்கப்பட்டது. பேராசிரியர் டம்பிள்டோர் இதன் முதல் பதிப்பிற்கு அணிந்துரை எழுதிக் கொடுத்து என்னை கௌரவித்திருந்தார். இப்பூவுலகில் எளிதில் பாதிப்புக்கு உள்ளாகக்கூடிய மக்களுக்கு உதவ இப்புத்தகம் பிரம்மாண்டமான அளவில் நிதியைத் திரட்டிக் கொடுத்தது குறித்து நானும் டம்பிள்டோர் அவர்களும் அளவிலா மகிழ்ச்சி அடைந்தோம்.

மினிஸ்ட்ரி ஆஃப் மேஜிக் சில குறிப்பிட்ட ரகசிய ஆவணங்களை மந்திரவாதப் பொதுமக்கள் பார்க்க அனுமதி அளித்ததன் மூலம் இப்புத்தகத்தின் உருவாக்கம் குறித்து அவர்கள் மேலும் அதிகமான தகவல்களைத் தெரிந்து கொள்ள வழி வகுத்துள்ளது.

கெல்லர்ட் கிரின்டெல்வால்டு தன் பயங்கரவாதச் செயல்களால் இவ்வுலகை ஆட்டி வைத்துக் கொண்டிருந்த இருபது ஆண்டுகளின்போது நான் ஈடுபட்டிருந்த நடவடிக்கைகளின் முழுக் கதையையும் இப்போது கூற முடியாத நிலையில் நான் இருக்கிறேன். மினிஸ்ட்ரி ஆஃப் மேஜிக் மேலும் அதிகமான ரகசிய ஆவணங்களைப் பொதுமக்களின் பார்வைக்கு விடுவிக்கும்போது, நம்முடைய வரலாற்றின் அந்தக் கறைபடிந்த காலகட்டத்தில் நான் ஆற்றிய பங்கு குறித்து இன்னும் வெளிப்படையாகப் பேசும் சுதந்திரம் **எனக்குக்** கிடைக்கும். அதனால், சமீபத்தில் பத்திரிகைகளில் வெளிவந்துள்ள தகவல்களில் உள்ள தவறுகளைத் திருத்துவதோடு இப்போது நான் நிறுத்திக் கொள்கிறேன்.

சமீபத்தில் ரீட்டா ஸ்கீட்டர் என்னைப் பற்றி எழுதியுள்ள 'மேன் ஆர் மான்ஸ்டர்? த ட்ரூத் அபௌட் நியூட் ஸ்கமேன்டர்' என்ற நூலில், நான் ஒரு மேஜிஸூவாலஜிஸ்ட் அல்லன் என்றும், உண்மையில் நான் டம்பிள்டோரின் ஒற்றன் என்றும் அவர் குறிப்பிட்டுள்ளார். மேஜிஸூவாலஜிஸ்ட் என்ற போர்வையில் 1926ல் மேஜிக்கல் காங்கிரஸ் ஆஃப் த யுனைட்டட் ஸ்டேட்ஸ் ஆஃப் அமெரிக்காவுக்குள் நான் ஊடுருவினேன் என்றும் அவர் மேலும் தெரிவிக்கிறார்.

இது ஓர் அபத்தமான கூற்று என்பது 1920களில் வாழ்ந்த எவருக்கும் நன்றாகத் தெரியும். அந்தக் காலகட்டத்தில் எந்தவோர் ஒற்றனும் மேஜிஸூவாலஜிஸ்ட் என்ற ஒரு பாத்திரத்தைக் கண்டிப்பாகத் தேர்ந்தெடுத்திருக்க மாட்டான். மாயாஜால விலங்குகள்மீது காட்டப்படும் ஆர்வம் ஆபத்தானது என்றும், அது சந்தேகத்திற்கு இடமானது என்றும் அப்போது கருதப்பட்டு வந்ததால், நான் ஒரு பெட்டி நிறைய மாயாஜால விலங்குகளை எடுத்துக் கொண்டு ஒரு முக்கிய நகருக்குள் நுழைந்ததை இப்போது திரும்பிப் பார்த்தால், அது ஓர் இமாலயத் தவறு என்று தோன்றுகிறது.

கள்ளத்தனமாகக் கடத்தப்பட்டத் 'தன்டர்பர்டு' பறவை ஒன்றை மீட்டெடுக்கத்தான் நான் அமெரிக்காவுக்குச் சென்றேன். அது ஓர் ஆபத்தான செயல். ஏனெனில், அக்காலகட்டத்தில், மேஜிக்கல் காங்கிரஸ் ஆஃப் த யுனைட்டட் ஸ்டேட்ஸ் ஆஃப் அமெரிக்கா, எந்தவொரு மாயாஜால விலங்கைப் பார்த்தாலும் அதன்மீது உடனே மந்திரத்தை ஏவி அதைக் கொல்ல ஆணை பிறப்பித்திருந்தது. நான் அமெரிக்காவுக்குச் சென்ற ஒரு வருடத்திற்குப் பிறகு, மேஜிக்கல் காங்கிரஸ் ஆஃப் த யுனைட்டட் ஸ்டேட்ஸ் ஆஃப் அமெரிக்காவின் அதிபர் சேராஃபீனா பிக்யூரி, தன்டர்பர்டு பறவைப் பாதுகாப்பு ஆணை ஒன்றைப் பிறப்பித்தார். பின்னர் அந்த ஆணை அனைத்து மாயாஜால விலங்குகளுக்கும் பொருந்தும் என்று அவர் அறிவித்தார் என்று கூறுவதில் நான் பெருமிதம் கொள்கிறேன். (அதிபர் பிக்யூரியின்

வேண்டுகோளுக்கு இணங்க நான் இப்புத்தகத்தின் முதற்பதிப்பில் இன்னும் முக்கியமான அமெரிக்க மாயாஜால விலங்குகளைப் பற்றிக் குறிப்பிடவில்லை. சுற்றுலாவுக்கு வரும் மந்திரவாதிகளின் எண்ணிக்கையைக் குறைப்பதற்காக அவர் இதைச் செய்தார். அச்சயமத்தில் ஐரோப்பிய மந்திரவாதிகளைவிட அமெரிக்க மந்திரவாதிகள் மகுள்களால் அதிகமாக வேட்டையாடப்பட்டு வந்ததாலும், என்னுடைய நடவடிக்கைகள் மூலமாக நியூயார்க்கில் தெரியாத்தனமாக 'இன்டர்நேஷனல் ஸ்டேட்யூட் ஆஃப் சீக்ரஸி' சட்டத்தை நான் மீறியிருந்தேன் என்பதாலும் நான் இதற்கு ஒப்புக் கொண்டேன். இந்தப் பதிப்பில் நான் அந்த விலங்குகளையும் சேர்த்துள்ளேன்.)

ஸ்கீட்டரின் புத்தகத்திலுள்ள மற்ற பிற கண்மூடித்தனமான புகார்கள் ஒவ்வொன்றையும் நான் மறுக்க முயன்றால் அதற்குப் பல மாதங்கள் ஆகும். அதனால் நான் இதை மட்டும் கூறிக் கொள்ள விரும்புகிறேன். ஸ்கீட்டர் தன் நூலில் குறிப்பிட்டுள்ள 'சேராஃபீனா பிக்யூரியின் இதயத்தைச் சுக்குநூறாக்கிவிட்டு ஓடிவிட்டக் கள்ளக் காதலன்' அல்ல நான். உண்மையில், நான் உடனடியாக நியூயார்க் நகரைக் காலி செய்யாவிட்டால் என்னை வலுக்கட்டாயமாக அங்கிருந்து வெளியேற்றத் தேவையான நடவடிக்கைகளைத் தான் மேற்கொள்ளவிருந்ததாக அதிபர் சேராஃபீனா பிக்யூரி தெள்ளத் தெளிவாக என்னிடம் கூறிவிட்டார்.

கெல்லர்ட் கிரின்டெல்வால்டை முதன்முதலாகப் பிடித்த நபர் நான்தான் என்பதும் எனக்கும் டம்பிள்டோருக்கும் இடையே ஆசிரியர்-மாணாக்கன் என்பதற்கும் மேலான ஓர் உறவு இருந்தது என்பதும் உண்மைதான். இதற்கு மேல் நான் எதைக் கூறினாலும், அது 'அஃபீஷியல் மேஜிக்கல் சீக்ரெட்ஸ் ஆக்ட்' சட்டத்தை நான் மீறுவதில் போய் முடியக்கூடிய ஆபத்து இருக்கிறது. அதோடு, தான் உண்டு தன் வேலை உண்டு என்று இருக்கும் டம்பிள்டோர் என்மீது வைத்திருக்கும் நம்பிக்கைக்கு நான் துரோகம் இழைத்துவிடக்கூடிய சங்கடமும் இதில் இருக்கிறது.

நூலாசிரியரின் சிறப்புரை

என்னுடைய இப்புத்தகம் பல வழிகளில் எனக்கு மனநிறைவு அளித்த ஒன்று. இந்த ஆரம்பகாலப் புத்தகத்தை நான் மீண்டும் திரும்பிப் பார்க்கும்போது, வாசகர்களின் கண்களுக்குப் புலப்படாவிட்டாலும், அதன் பக்கங்களில் உறைந்துள்ள நினைவுப் பொக்கிஷங்கள் மீண்டும் என் மனக்கண்ணில் தோன்றி என்னை மகிழ்ச்சி வெள்ளத்தில் ஆழ்த்துகின்றன. நம்மைப்போலவே மந்திரஜாலங்களைக் கொண்ட இந்த அற்புதமான விலங்குகளை நேசிக்கவும் அவற்றைப் பாதுகாக்கவும் தேவையான வலுவான காரணங்கள், புதிய தலைமுறை மந்திரவாதிகளுக்கும் மந்திரவாதினிகளுக்கும் இப்புத்தகத்தின் பக்கங்களில் கிடைக்கும் என்று நான் மனதார நம்புகிறேன்.

நியூட் ஸ்கமேண்டர்

பதிப்பாசிரியர் குறிப்பு: மகுள்களின் பதிப்பில் பின்வருமாறு குறிப்பிடவும்:
கற்பனைக் கதை - வேடிக்கையும் விநோதங்களும் நிரம்பியது
- கவலைப்பட எதுவும் இல்லை - நீங்கள் இதை ரசிப்பீர்கள்
என்று நம்புகிறோம்!

முன்னுரை

இப்புத்தகத்தைப் பற்றி

பல்லாண்டுகாலப் பயணம் மற்றும் ஆராய்ச்சியின் விளைவே இந்நூல். நான் என் கடந்தகாலத்தைத் திரும்பிப் பார்க்கிறேன். அந்த ஏழு வயது மந்திரவாதிச் சிறுவன் தன் படுக்கையறையில் மணிக்கணக்காக 'ஹார்க்லம்ப்'களைப் பிய்த்துப் போட்டுக் கொண்டு இருப்பது அவனுடைய வழக்கமாக இருந்தது. பிறர் பார்த்துப் பொறாமைப்படக்கூடிய எண்ணற்ற அற்புதமான அனுபவங்கள் அவனுக்குக் கிடைத்தன. அழுக்கான அச்சிறுவன் வளர வளர, இப்புத்தகத்தில் விவரிக்கப்பட்டுள்ள கொடுவிலங்குகளை இருண்ட கானகங்களிலிருந்து பிரகாசமான பாலைவனங்கள்வரையிலும், மலை முகடுகளிலிருந்து சதுப்பு நிலக் காடுகள்வரையிலும் அவன் தேடித் திரிந்தான். நான் ஐந்து கண்டங்களிலும் உள்ள கணக்கிலடங்காக் குகைகள், வளைகள், மற்றும் கூடுகளைத் தேடிக் கண்டுபிடித்துள்ளேன், நூற்றுக்கும் மேற்பட்ட நாடுகளில் மாயாஜால விலங்குகளின் வினோதமான பழக்கவழக்கங்களைக் கண்காணித்து வந்துள்ளேன், அந்த அற்புதமான விலங்குகளின் பயங்கர ஆற்றல்களைக் கண்டு அசந்து போயிருக்கிறேன், அவற்றின் நம்பிக்கையைப் பெற்றுள்ளேன், சமயங்களில் என்னுடைய காபிக் கோப்பையை வைத்து அவற்றைத் தாக்கியும் இருக்கிறேன்.

'அப்ஸ்கியூரஸ் புக்ஸ்' என்ற பதிப்பகத்தை நடத்தி வந்த அகஸ்டஸ் வார்ம் தன்னுடைய பதிப்பகத்திற்காக மாயாஜால விலங்குகளின் கலைக்களஞ்சியம் ஒன்றைத் தொகுக்குமாறு 1918ல் என்னை அன்போடு கேட்டுக் கொண்டார். அதன் விளைவே இந்நூலின் முதற்பதிப்பு. அப்போது நான் மினிஸ்ட்ரி ஆஃப் மேஜிக்கில் ஒரு சாதாரண ஊழியனாக இருந்ததால் நான் அந்த வாய்ப்பைக் கெட்டியாகப் பிடித்துக் கொண்டேன். அப்போது எனக்கு வாரத்திற்கு இரண்டு 'சிக்கிள்'கள் பணம் மட்டுமே கிடைத்து வந்ததால், என் வருமானத்தைப் பெருக்கிக் கொள்ளவும், புதிய மாயாஜால விலங்குகளைக் கண்டுபிடிப்பதற்காக

உலகெங்கும் பயணம் செய்ய என் விடுமுறை நாட்களைச் செலவிடவும் அது நல்லதொரு வாய்ப்பாக அமைந்தது. அது பதிப்புத் துறையில் ஏற்பட்ட வரலாறு காணாத வெற்றியில் போய் முடிந்தது.

1927ல் இப்புத்தகம் வெளியானதிலிருந்து கடிதங்கள் மூலமாக என் வாசகர்கள் என்னிடம் அடிக்கடிக் கேட்டு வரும் சில கேள்விகளுக்கு விடையளிப்பதுதான் இந்த முன்னுரையின் நோக்கம். எவையெல்லாம் மாயாஜால விலங்குகள் என்பதுதான் முதல் கேள்வி.

எவை மாயாஜால விலங்குகள்?

எவையெல்லாம் மாயாஜால விலங்குகள் என்பது குறித்த வரையறை பல நூற்றாண்டுகளாகப் பெரும் சர்ச்சையைத் தோற்றுவித்து வந்துள்ளது. மேஜிஸூவாலஜி பற்றி இப்போதுதான் படிக்கத் துவங்கியிருக்கும் மாணவர்களுக்கு இது ஆச்சரியமான விஷயமாகத் தோன்றலாம். மூன்று விதமான மாயாஜால விலங்குகளைப் பற்றி அறிந்து கொள்ள நாம் முனையும்போது இப்பிரச்சனை குறித்து நமக்குத் தெளிவு பிறக்கும்.

வியர்உல்ஃப்கள் தம்முடைய நேரத்தின் பெரும்பகுதியை மனிதர்களாகவே செலவிடுகின்றன (அவர்கள் மகுள்களாகவும் இருக்கலாம், மந்திரவாதிகளாகவும் இருக்கலாம்). மாதத்திற்கு ஒரு முறை அவர்கள் நான்கு கால்களில் திரியும் ஒரு கொடுவிலங்காக மாறுவர். அப்போது அவற்றுக்கு மனித மனசாட்சி இருக்காது, மாறாக, அவை கொலைவெறி பிடித்து அலையும்.

சென்டார்களின் பழக்கவழக்கங்கள் மனிதப் பழக்க வழக்கங்களைப்போல இருக்காது. அவை அடர்ந்த காடுகளில் வசிக்கின்றன, ஆடைகள் உடுத்த மறுக்கின்றன, மந்திரவாதிகளிடம் இருந்தும் மகுள்களிடம் இருந்தும் விலகி வாழவே விரும்புகின்றன. ஆனாலும் அவை மனிதர்களுக்குச் சமமான அறிவுத்திறனைக் கொண்டுள்ளன.

ட்ரோல்கள் மனித உருவத்தைக் கொண்டிருக்கும். அவை இரண்டு கால்களால் நடக்கும். அவற்றுக்கு ஒருசில எளிய வார்த்தைகளைக் கற்றுக் கொடுக்க முடியும். ஆனால் அவற்றுக்கு அறிவு மிகவும் குறைவு. அவற்றுக்கென்று சொந்தமாக மந்திரசக்தி எதுவும் கிடையாது. ஆனால் அவற்றின் பலம் அசாதாரணமானது.

இப்போது நாம் ஒரு கேள்வியைக் கேட்க வேண்டும்: இந்த மூன்று விலங்குகளில் 'பீயிங்' வகையைச் சார்ந்தவை எவை? அதாவது, மந்திரஜால உலகின் ஆட்சி நிர்வாகத்தில் சட்டபூர்வமான உரிமையைப் பெறத்தக்க விலங்குகள் எவை? அதற்கு நேர்மாறாக, 'விலங்கு' வகையைச் சார்ந்தவை எவை என்பதுதான் அந்தக் கேள்வி.

எந்த மாயாஜால ஜீவராசிகளை 'விலங்குகளின்' பட்டியலில் அடைப்பது என்பது குறித்து முற்காலத்தில் மேற்கொள்ளப்பட்டத் தீர்மானங்கள் செம்மையானவையாக இருக்கவில்லை.

பதினான்காம் நூற்றாண்டில் மந்திரவாதிகள் கவுன்சிலின்[1] தலைவராக இருந்த பர்டாக் மல்டூன், இரண்டு கால்களில் நடக்கும் அனைத்தும் 'பீயிங்' வகையைச் சார்ந்தவை என்றும் மற்றவை எல்லாம் 'விலங்கு' வகையைச் சார்ந்தவை என்றும் பிரகடனம் செய்தார். இதன் அடிப்படையில் புதிய மந்திரவாதச் சட்டங்களை இயற்றுவது குறித்து, மந்திரவாதிகளின் உச்சி மாநாட்டில் வந்து கலந்து கொள்ளுமாறு தன்னுடைய புதிய பிரகடனப்படி 'பீயிங்' குடும்பத்தில் இணைந்திருந்த அனைத்து ஜீவராசிகளுக்கும் அவர் ஒரு நட்புரீதியான அழைப்பு விடுத்தார். ஆனால் தான் தப்புக்கணக்குப் போட்டுவிட்டோம் என்பதை அவர் பின்னர்தான் உணர்ந்தார். கூட்டம் நிகழவிருந்த அரங்கம் காப்ளின்களால் நிரம்பி வழிந்தது. அதோடு, தங்களுக்குத் தெரிந்த, இரண்டு கால்களில் நடக்கும் ஜீவராசிகள் அனைத்தையும் அவை தம்முடன் அழைத்து வந்திருந்தன. இது பற்றி 'எ ஹிஸ்டரி ஆஃப் மேஜிக்' என்ற புத்தகத்தில் பத்தில்டா பேக்ஷாட் இவ்வாறு கூறியுள்ளார்:

---

1. 'மினிஸ்ட்ரி ஆஃப் மேஜிக்' அமைக்கப்படுவதற்கு முன்பு 'மந்திரவாதிகள் கவுன்சில்' மட்டுமே இருந்தது.

> டிரிகால்களின் கிறீச்சொலிகள், ஆகுரிகளின் முனகல்கள், ஃபூபர்களின் காதைத் துளைக்கும் நாரசாரமான இடைவிடாத பாடல்கள் என்று அரங்கம் அமளி துமளிப்பட்டுக் கொண்டிருந்ததில் வேறு எதுவும் காதில் விழவில்லை. தங்கள் முன் இருந்த ஆவணங்களைப் படிக்க மந்திரவாதிகளும் மந்திரவாதினிகளும் முயன்றபோது பிக்ஸிகளும் ஃபேரிகளும் அவர்களுடைய தலைகளைச் சுற்றி வட்டமடித்து, பல்லிளித்து இளக்காரம் செய்தன. ஒரு டஜன் ட்ரோல்கள் தங்கள் கைகளில் இருந்த தடிகளைக் கொண்டு அந்த அரங்கிலிருந்த அனைத்தையும் துவம்சம் செய்யத் தொடங்கின. உண்டு களிப்பதற்குக் குழந்தைகள் யாரேனும் சிக்க மாட்டார்களா என்று சூனியக்காரக் கிழவிகள் அங்குமிங்கும் அலைந்து கொண்டிருந்தனர். கூட்டத்தைத் துவக்குவதற்காகக் கவுன்சில் தலைவர் எழுந்து முன்னால் ஓரடி எடுத்து வைத்தபோது, டமாலென்று பார்லாக்கின் சாணி வழுக்கிக் கீழே விழுந்தார். பிறகு உடனே எழுந்து ஏதோ சபித்துக் கொண்டே அவர் அந்த அரங்கைவிட்டு வெளியே ஓட்டமெடுத்தார்.

தங்களுக்கு இரண்டு கால்கள் இருக்கின்ற ஒரே காரணத்திற்காக எல்லா ஜீவராசிகளும் மந்திரவாத அரசாங்கத்தின் விவகாரங்களில் ஈடுபாடு கொள்ளும் அல்லது ஈடுபாடு கொள்ள முடியும் என்று சொல்லிவிட முடியாது என்பது இப்போது நமக்குத் தெளிவாகிறது. ஒருமுறை சூடு வாங்கிவிட்டதால் மந்திரவாதிகளாக இல்லாதவர்களை மந்திரவாதிகளின் கவுன்சிலுக்குள் இனி ஒருக்காலும் சேர்த்துக் கொள்வது இல்லை என்று பர்டாக் மல்டூன் சூளுரைத்தார்.

மல்டூனுக்குப் பிறகு அப்பதவிக்கு வந்த எல்ஃப்ரிடா கிளாக்கும், மற்ற பிற மாயாஜால ஜீவராசிகளுடன் உறவை பலப்படுத்திக் கொள்ளும் நோக்கத்துடன் 'பீயிங்' என்பதற்குப் புதிய விளக்கம் அளிக்க முயன்றார். மனிதர்களின் மொழியைப் பேசுகின்ற ஜீவராசிகள் அனைத்தும் 'பீயிங்' வகையைச் சார்ந்தவை என்று அவர் வரையறுத்தார். கவுன்சில் உறுப்பினர்களுக்குப் புரிகின்ற விதத்தில் பேச முடிந்த அனைத்து ஜீவராசிகளும் கவுன்சிலின் அடுத்தக் கூட்டத்தில் கலந்து கொள்ள அவர் அவர்களுக்கு அழைப்பு விடுத்தார்.

இந்த முறையும் பிரச்சனைகளுக்குக் குறைச்சல் இருக்கவில்லை. காப்ளின்கள் ட்ரோல்களுக்கு ஒருசில வார்த்தைகளைச் சொல்லிக் கொடுத்து அவற்றைத் தம்முடன் அழைத்து வந்தன. ஆனால் ட்ரோல்கள் முன்பைப்போலவே அடிதடியில் இறங்கின. ஜார்வீக்கள் அந்தக் கவுன்சிலின் நாற்காலிகளின் கால்களைப் பதம் பார்த்து அவற்றை ஒடித்தன. இதற்கிடையே, ஆவிகளின் பெரிய கூட்டம் ஒன்று உள்ளே நுழைந்தது. (மல்டூனின் தலைமையில் செயல்பட்டக் குழு, ஆவிகள் இரண்டு கால்களில் நடக்காமல் காற்றில் மிதந்து வந்ததால், கூட்டத்தில் கலந்து கொள்வதற்கு அவற்றுக்குத் தடை விதித்திருந்தது.) ஆனால் அவை உடனடியாக வெறுப்புடன் வெளியேறிவிட்டன. பின்னர் அந்த ஆவிகள், "அந்தக் கவுன்சில் இறந்தவர்களின் விருப்பங்களுக்கு முக்கியத்துவம் அளிப்பதற்கு பதிலாக உயிரோடு இருப்பவர்களின் தேவைகளுக்கு முக்கியத்துவம் அளிப்பது வெட்கக்கேடானது," என்று கருத்துத் தெரிவித்தன. மல்டூனின் வரையறையின்படி 'விலங்கு' வகையைச் சேர்ந்ததாக அறிவிக்கப்பட்டிருந்த சென்டார்கள், கிளாக்கின் புதிய வரையறையின்படி 'பீயிங்' வகையைச் சேர்ந்தவையாக அறிவிக்கப்பட்டபோதும், கூட்டத்தில் கலந்து கொள்ள அவை மறுத்துவிட்டன. மெர்பீப்பிளை 'பீயிங்' வகையில் சேர்த்துக் கொள்ளக் கவுன்சில் மறுத்துவிட்டதைக் கண்டித்து அவர்கள் இக்கூட்டத்தில் கலந்து கொள்ளவில்லை. மெர்பீப்பிள் நீருக்கு வெளியே வந்தபோது தங்களுடைய மெர்மிஷ் மொழி தவிர வேறு எதிலும் உரையாட முடியாத நிலையில் இருந்ததால் மந்திரவாதிகள் கவுன்சில் இந்த முடிவை எடுத்திருந்தது.

மாயாஜால விலங்குகள் குறித்த, பெருவாரியான மந்திரஜாலச் சமூகங்கள் ஏற்றுக் கொள்ளும்படியான விவரணை 1811ம் ஆண்டுவரை உருவாகவில்லை. அப்போது, புதிதாக நியமிக்கப்பட்டிருந்த மினிஸ்ட்ரி ஆஃப் மேஜிக்கின் அமைச்சர் குரோகன் ஸ்டம்ப், மந்திரஜாலச் சமூகத்தின் சட்டங்களைப் புரிந்து கொள்ளவும், அச்சட்டங்களை முறைப்படுத்தும் பொறுப்பில் பங்கேற்றுக் கொள்ளவும் தேவையான அளவு புத்திசாலித்தனம் கொண்ட அனைத்து ஜீவராசிகளும் 'பீயிங்'

வகையைச் சேர்ந்தவைதான் என்று பிரகடனம் செய்தார்.[2] காப்ளின்கள் இல்லாத நேரத்தில் ட்ரோல்களின் பிரதிநிதிகளிடம் கேள்விகள் கேட்கப்பட்டபோது அவர்களால் எதையும் புரிந்து கொள்ள முடியவில்லை என்பது உறுதி செய்யப்பட்டது. அதனால் அவை இரண்டு கால்களில் நடந்து வந்தபோதும் அவை 'விலங்கு' வகையைச் சார்ந்தவை என்று முடிவு செய்யப்பட்டது. மெர்பீப்பிளை 'பீயிங்' வகையுடன் இணைத்துக் கொள்ள முதன்முறையாக மொழிபெயர்ப்பாளர்களின் மூலம் அவர்களுடன் பேச்சுவார்த்தை நடத்தப்பட்டது. ஃபேரிகள், பிக்ஸிகள், நோம்கள் ஆகியவை மனிதச் சாயலைக் கொண்டிருந்தபோதிலும் அவை 'விலங்கு' வகையில் சேர்க்கப்பட்டன.

வழக்கம்போல் விஷயம் இத்துடன் முடிந்துவிடவில்லை. மகுள்களை 'விலங்கு' வகையில் சேர்க்க வேண்டும் என்று அடம் பிடித்தவர்களைப் பற்றி நாம் எல்லோரும் அறிவோம். 'பீயிங்' வகையில் சேர்ந்து கொள்ளும்படி விடுக்கப்பட்ட அழைப்பை சென்டார்கள்[3] மறுத்துவிட்டதையும் நாம் அறிவோம். இதற்கிடையே வியர்உல்ஃப்கள் பல வருடங்களாக இங்கும்

---

2. தாங்கள் 'காலாவதியானவர்கள்' என்பதில் எந்த மாற்றுக் கருத்தும் இருக்க முடியாது என்பதால் தங்களை 'பீயிங்' வகையில் சேர்ப்பது சரியானதாக இருக்காது என்று ஆவிகள் உறுதியாகக் கூறியதால், அவற்றுக்கு விலக்கு அளிக்கப்பட்டது. அதனால், குரோகன் ஸ்டம்ப், 'டிபார்ட்மென்ட் ஃபார் த ரெகுலேஷன் அன்ட் கன்ட்ரோல் ஆஃப் மேஜிக்கல் கிரீச்சர்ஸில்' மூன்று பிரிவுகளை ஏற்படுத்தினார். அவை இன்றுவரை நடைமுறையில் இருந்து வருகின்றன. 'விலங்கு' பிரிவு, 'பீயிங்' பிரிவு, 'ஆவி' பிரிவு ஆகியவைதான் அந்த மூன்றும்.

3. ரத்தக்காட்டேரிகள், சூனியக்காரக் கிழவிகள் போன்ற ஜீவராசிகளோடு சேர்த்துத் தாங்களும் 'பீயிங்' வகையில் இணைக்கப்பட்டதை சென்டார்கள் எதிர்த்தன. அதனால் தம்முடைய விவகாரங்களை மந்திரவாதிகளின் உதவியின்றித் தாமே தீர்மானித்துக் கொள்ளவிருந்ததாக அவை அறிவித்தன. அதற்கு அடுத்த வருடம் மெர்பீப்பிளும் அதேபோன்ற ஒரு வேண்டுகோளை முன்வைத்தனர். மினிஸ்ட்ரி ஆஃப் மேஜிக் அவர்களுடைய வேண்டுகோளைத் தயக்கத்துடன் ஏற்றுக் கொண்டது. 'டிபார்ட்மென்ட் ஃபார் த ரெகுலேஷன் அன்ட் கன்ட்ரோல் ஆஃப் மேஜிக்கல் கிரீச்சர்ஸின்' 'விலங்கு' பிரிவின்கீழ் 'சென்டார் லியசான் ஆபீஸ்' இன்றுகூட இயங்கி வந்தாலும் அதை சென்டார்கள் ஒருபோதும் பயன்படுத்தியதில்லை. 'உன்னை சென்டார் அலுவலகத்திற்கு அனுப்பிவிடுவேன்,' என்று மிரட்டுவது அத்துறையில் நடைமுறையில் உள்ள சங்கேத மொழி. 'நீ விரைவில் வேலையிலிருந்து நீக்கப்படுவாய்' என்பதுதான் அதன் உண்மையான பொருள்.

அங்கும் மாறி மாறிப் பந்தாடப்பட்டு வந்துள்ளன. நான் இதை எழுதிக் கொண்டிருக்கும் இச்சமயத்தில், 'வியர்உல்ஃப் சப்போர்ட் சர்வீசஸ்' அலுவலகம் ஒன்று 'பீயிங்' வகைப் பிரிவில் இயங்கி வரும் அதே வேளையில், 'வியர்உல்ஃப் ரிஜிஸ்ட்ரி அன்ட் வியர்உல்ஃப் கேப்சர் யூனிட்' ஒன்று 'விலங்கு' வகைப் பிரிவில் செயல்பட்டு வருகிறது. புத்திசாலித்தனமான பல ஜீவராசிகள் தம்முடைய கொடிய இயல்பை மீற முடியாமல் தவித்து வருவதால், அவை தொடர்ந்து 'விலங்கு' வகையின் கீழ் வைக்கப்பட்டுள்ளன. அக்ரோமேன்சுலாக்கள், மேன்டிகோர்கள் ஆகியவற்றால் அறிவுபூர்வமான விதத்தில் பேச முடியும் என்றாலும், அவற்றின் அருகே எந்த மனிதன் சென்றாலும் அவனை இரையாக்கிக் கொள்ள அவை முயலும். ஸ்ஃபிங்ஸ்கள் எப்போதும் புதிர்கள் மற்றும் விடுகதைகள் மூலமாக மட்டுமே பேசும். அவற்றுக்குத் தவறான பதில் அளிக்கப்பட்டால் அவை ஆக்ரோஷமாகச் சீறி எழும்.

அடுத்து வரும் பக்கங்களில் இடம்பெற்றுள்ள மாயாஜால விலங்குகள் பற்றிய விவரணங்களில், எந்தெந்த ஜீவராசிகளை வகை பிரிப்பதில் உறுதியின்மை நிலவுகிறதோ அது பற்றி அந்தந்த ஜீவராசிகளுக்கான விவரணங்களில் நான் பிரத்யேகமாகக் குறிப்பிட்டுள்ளேன்.

மேஜிஸூவாலஜி பற்றிய பேச்சு எழும்போதெல்லாம் மந்திரவாதிகளும் மந்திரவாதினிகளும் தவறாமல் கேட்கும் ஒரு கேள்வி, 'இந்த மாயாஜால விலங்குகள் ஏன் மகுகள்களின் கண்களில் படுவதில்லை?' என்பதுதான்.

மாயாஜால விலங்குகள் பற்றிய மகுள்களின் புரிதல் குறித்த ஒரு வரலாறு

மந்திரவாதிகளாகிய நாம் மாயாஜால விலங்குகளை மகுள்களிடமிருந்து மறைக்க நீண்டகாலம் மிகவும் சிரமப்பட்டு வந்துள்ளோம் என்றாலும், அவ்விலங்குகள் குறித்து எல்லா நேரங்களிலும் அவர்கள் அறியாமையில் உழலவில்லை என்ற விஷயம் பலருக்கும் வியப்பூட்டக்கூடும். மகுள்களின் மத்திய காலகட்டக் கலை மற்றும் இலக்கியங்களை லேசாகப் புரட்டிப் பார்க்கும்போது, கற்பனை என்று இன்று அவர்கள் நம்புகின்ற பல விலங்குகள் அந்தக் காலகட்டத்தில் உண்மையில் இருந்திருந்தன என்பது வெளிப்படும். டிராகன், க்ரிஃபின், யூனிகார்ன், ஃபீனிக்ஸ், சென்டார் மற்றும் சில விலங்குகள் மகுள்களின் அந்தக் காலகட்டப் படைப்பில் இடம்பெற்றுள்ளன. ஆனால் அவற்றை மகுள்கள் விவரித்திருக்கும் விதம் நகைப்புக்குரியதாகவும் துல்லியமற்றதாகவும் உள்ளது.

ஆனால் அந்தக் காலகட்டத்திய மகுள்களின் படைப்புகளை இன்னும் கவனமாக ஆராய்ந்தால், பெரும்பாலான மாயாஜால விலங்குகள் மகுள்களின் கவனத்திலிருந்து தப்பியிருந்தன அல்லது அவர்கள் அவ்விலங்குகளை வேறு ஏதோ ஒன்று என்று தவறுதலாகக் கருதியிருந்தனர் என்பது தெளிவாகும். வார்செஸ்டர்ஷயரைச் சேர்ந்த ஃபிரான்சிஸ்கன் துறவியான பெனடிக்ட் எழுதி வைத்துள்ள ஒரு குறிப்பை இப்போது நாம் பார்க்கலாம்:

> *இன்று நான் மூலிகைத் தோட்டத்தில் நடந்து சென்று கொண்டிருந்தபோது, வழியிலிருந்த ஒரு துளசிச் செடியை நான் விலக்கியபோது மரநாய் ஒன்றைக் கண்டேன். ஆனால், சாதாரண மரநாயோடு ஒப்பிடுகையில் அது மிகப் பெரியதாக இருந்தது. பொதுவாக மரநாய்கள் நடந்து கொள்கின்ற விதத்திற்கு நேர்மாறாக, அது என்னைக் கண்டு ஓடவில்லை, எங்கும் மறைந்து கொள்ளவும் இல்லை. மாறாக, அது என்மீது பாய்ந்து என்னைக் கீழே தள்ளியது. நான் நிலை தடுமாறிப் பின்பக்கமாக விழுந்தேன். அந்த மரநாய் கடும்*

> *சீற்றத்துடன், "ஏய், வழுக்கைத் தலையா, இங்கிருந்து ஓடிவிடு!" என்று கத்தியது. பிறகு அது என் மூக்கை பயங்கரமாகக் கடித்தது. அந்தக் காயத்திலிருந்து பல மணிநேரம் ரத்தம் வழிந்தது. பேசும் மரநாய் ஒன்றை நான் சந்தித்திருந்ததைத் தலைமைத் துறவி நம்ப மறுத்தார். அவர் அதோடு விடவில்லை. சகோதரர் போனிஃபேஸின் நூல்கோல் ஒயினை நான் அருந்தியிருந்தேனா என்றும் அவர் என்னிடம் கேட்டார். ஆனால் என் மூக்கு ரத்தக் காயத்துடனும் வீங்கியும் இருந்ததால், அன்று மாலையில் நடைபெற்றப் பிரார்த்தனைக் கூட்டத்தில் கலந்து கொள்வதிலிருந்து அவர் எனக்கு விலக்கு அளித்தார்.*

நம்முடைய மகுள் நண்பர் தான் நினைத்திருந்ததைப்போல ஒரு மரநாயை எதிர்கொண்டிருக்கவில்லை என்பது வெளிப்படை. அவர் ஒரு ஜார்வீயைத்தான் சந்தித்திருந்தார். அது தனக்குப் பிடித்தமான நோம்களைத் தேடிக் கொண்டிருந்தபோது அவர் அதைக் கண்டிருக்கக்கூடும்.

பெரும்பாலான சமயங்களில் அறியாமையைவிட அரைகுறை அறிவு ஆபத்தானது. தங்களுடைய மூலிகைத் தோட்டங்களில் எவை பதுங்கி இருக்குமோ என்ற சந்தேகம், மந்திர தந்திரங்கள் குறித்து மகுள்கள் கொண்டிருந்த பயத்தை வெகுவாக அதிகரித்தது என்பதில் ஐயமில்லை. அதே காலகட்டத்தில்தான் மகுள்கள் மந்திரவாதிகளை வேட்டையாடுவது உச்சகட்டத்தில் இருந்தது. அதனால் டிராகன்கள், ஹிப்போகிரிஃப்கள் போன்ற கொடுவிலங்குகளை மகுள்கள் பார்த்தபோது, மந்திரவாதிகள் குறித்த அவர்களுடைய அதீத பயங்கள் புதிய எல்லைகளைத் தொட்டன.

மந்திரவாதிகள் மறைவிடங்களுக்குச் சென்று வாழத் தொடங்குவதற்கு முந்தைய இருண்ட காலகட்டத்தைப் பற்றி விவாதிப்பது இப்புத்தகத்தின் நோக்கம் அல்ல.[4] மந்திர

---

4. ரத்தக் கறை படிந்த இந்தக் காலகட்டத்தைப் பற்றி யாரேனும் விரிவாக அறிந்து கொள்ள விரும்பினால், பத்தில்டா பேக்ஷாட் எழுதியுள்ள 'எ ஹிஸ்டரி ஆஃப் மேஜிக்' என்ற நூலைப் படிக்கவும் (லிட்டில் ரெட் புக்ஸ் வெளியீடு, 1947).

தந்திரங்கள் என்ற ஒன்று இல்லை என்ற உறுதியான முடிவுக்கு மகுள்கள் வரும்பட்சத்தில், இந்த மாயாஜாலமான விலங்குகளின் கதி என்னவாகும் என்பது குறித்தக் கவலைதான் அப்போது எங்களிடம் இருந்தது.

*1692*ல் 'இன்டர்நேஷனல் கான்ஃபெடரேஷன் ஆஃப் விஸார்ட்ஸ்' கூட்டிய மிக முக்கியத்துவம் வாய்ந்த உச்சி மாநாட்டில் இவ்விஷயம் குறித்து விவாதிக்கப்பட்டது. மாயாஜால விலங்குகளின் தலைவிதி குறித்து உலகின் பல நாடுகளையும் சேர்ந்த மந்திரவாதிகள் ஏழு வாரங்களுக்கும் மேலாகக் கலந்துரையாடினர். நம்மால் எத்தனை விலங்குகளை மகுள்களின் கண்களில் படாமல் மறைத்து வைக்க முடியும்? எந்த விலங்குகளை மறைத்து வைக்க வேண்டும்? அவற்றை எப்படி, எங்கு ஒளித்து வைக்க வேண்டும்? விவாதம் அனல் பறக்க நடந்து கொண்டிருந்தது. தங்களுடைய தலைவிதி குறித்துதான் விவாதம் நடைபெற்றுக் கொண்டிருந்தது என்பதை அறியாமல் சில ஜீவராசிகள் வெறுமனே வேடிக்கை பார்த்துக் கொண்டிருந்தன, மற்றவை அந்த விவாதத்தில்[5] பங்களித்துக் கொண்டிருந்தன.

இறுதியில் ஒரு வழியாக ஓர் உடன்பாடு எட்டப்பட்டது.[6] மகுள்களின் கற்பனையில் தவிர வேறு எங்கும் அப்படிப்பட்ட விலங்குகள் இருக்கவில்லை என்ற பிரமையை மகுள்களிடத்தில் உருவாக்கும் விதத்தில் மொத்தத்தில் இருபத்தேழு மாயாஜால விலங்குகளை மகுள்களின் கண்களில் இருந்து மறைத்து வைக்க அக்கூட்டத்தில் முடிவு செய்யப்பட்டது. அவை டிராகன்களிலிருந்து பன்டிமன்கள்வரை உருவத்தில் பல்வேறு அளவுகளில் இருந்தன. மாயாஜால விலங்குகளைத் தங்களால் வெற்றிகரமாக மறைத்து வைக்க முடியும் என்ற நம்பிக்கை மந்திரவாதிகளிடம் அதிகரிக்கத் தொடங்கியதும்,

---

5. உச்சி மாநாட்டில் கலந்து கொள்வதற்குத் தங்களுடைய பிரதிநிதிகளை அனுப்பி வைக்குமாறு சென்டார்கள், மெர்மக்கள், காப்ளின்கள் ஆகியோர் வற்புறுத்தப்பட்டனர்.

6. இதில் காப்ளின்கள் மட்டும் சேர்ந்து கொள்ளவில்லை.

அதற்கடுத்த நூற்றாண்டில், மறைத்து வைக்கப்பட வேண்டிய விலங்குகளின் எண்ணிக்கை மேலும் அதிகரிக்கப்பட்டது. 1750ல் 'இன்டர்நேஷனல் ஸ்டேட்யூட் ஆஃப் விஸார்டிங் சீக்ரஸி' சட்டத்தில் 73வது ஷரத்து புகுத்தப்பட்டது. உலகெங்குமுள்ள அனைத்து மினிஸ்ட்ரி ஆஃப் மேஜிக்கும் இன்றுவரை அந்த ஷரத்திற்குக் கட்டுப்பட்டு இயங்கி வருகின்றன:

> *தங்களுடைய பிராந்திய எல்லைக்குள் வசித்து வருகின்ற மாயாஜால விலங்குகள், 'பீயிங்' வகையைச் சேர்ந்த ஜீவராசிகள், ஆவிகள் ஆகியவை மறைவாக இருப்பதை உறுதி செய்வதும், அவற்றைப் பாதுகாப்பதும், அவற்றைக் கட்டுப்பாட்டில் வைத்திருப்பதும் அந்தந்தப் பிராந்தியத்தை நிர்வகித்து வருகின்ற மந்திரவாதிகள் அமைப்பின் முழுப் பொறுப்பு. ஏதாவது ஒரு விலங்கு மகுள்களுக்கு ஆபத்து ஏற்படுத்தினாலோ அல்லது அவர்களுடைய பார்வையில் தென்பட்டாலோ, அந்தக் குறிப்பிட்டப் பிராந்தியத்தின் மந்திரவாதிகள் நிர்வாக அமைப்பின்மீது 'இன்டர்நேஷனல் கான்ஃபெடரேஷன் ஆஃப் விஸார்ட்ஸ்' ஒழுங்கு நடவடிக்கை எடுக்கும்.*

மறைந்திருக்கும் மாயாஜால விலங்குகள்

73வது ஷரத்து அமலுக்கு வந்த பிறகு அவ்வப்போது அது மீறப்பட்டு வந்துள்ளதை மறைப்பது அறிவீனம். பிரிட்டனைச் சேர்ந்த மூத்த வாசகர்களுக்கு 1932ல் நடைபெற்ற இல்ஃப்ராகோம்ப் சம்பவம் பற்றி நினைவிருக்கும். கட்டுக்கடங்காத 'காமன் வெல்ஷ் கிரீன்' டிராகன் ஒன்று, கடற்கரை மணலில் வெயிலுக்காகப் படுத்துக் கிடந்த மகுள்கள் கூட்டத்தில் திடீரென்று புகுந்தது. அதிர்ஷ்டவசமாக, அங்கு எதேச்சையாக விடுமுறையைக் கழிக்க வந்திருந்த மந்திரவாதக் குடும்பம் ஒன்று துணிச்சலுடன் செயல்பட்டதால், மகுள்களின் இறப்புகள் தவிர்க்கப்பட்டன (அந்தக் குடும்பத்திற்கு 'ஆர்டர் ஆஃப் மெர்லின், ஃபர்ஸ்ட் கிளாஸ்' விருது பின்னர் வழங்கப்பட்டது). பின்னர் உடனடியாக

இல்ஃப்ராகோம்ப்வாசிகள்மீது 'மெமரி சார்ம்ஸை' அந்த மந்திரவாதிகள் பிரயோகித்தனர். இதன் காரணமாக ஒரு மாபெரும் பேரழிவு மயிரிழையில் தவிர்க்கப்பட்டது.[7] இந்த நூற்றாண்டில் மிக அதிக எண்ணிக்கையிலான நபர்கள்மீது 'மெமரி சார்ம்ஸ்' பயன்படுத்தப்பட்ட சம்பவம் அதுதான்.

73வது ஷரத்தை மீறியதற்காக 'இன்டர்நேஷனல் கான்ஃபெடரேஷன் ஆஃப் விஸார்ட்ஸ்' சில நாடுகள்மீது தொடர்ச்சியாக அபராதம் விதிக்க வேண்டியிருந்தது. திபெத்தும் ஸ்காட்லாந்தும்தான் விதிமீறல்களில் அதிகமாக ஈடுபட்டு வந்தன. மகுள்கள் 'யெட்டி'யைப் பார்த்த நிகழ்வுகள் தொடர்ந்து அதிகரித்து வந்ததால், 'இன்டர்நேஷனல் கான்ஃபெடரேஷன் ஆஃப் விஸார்ட்ஸ்' அந்த மலைப்பகுதிகளில் 'இன்டர்நேஷனல் டாஸ்க் ஃபோர்ஸ்' ஒன்றை நிரந்தரமாக நிறுத்தி வைக்க வேண்டிய கட்டாயத்திற்கு ஆளானது. இதற்கிடையே, உலகின் மிகப் பெரிய கெல்பி, ஸ்காட்லாந்திலுள்ள லாக் நெஸ் ஏரிப் பகுதியில் மகுள்களின் பார்வையில் தென்பட்டு, ஆனால் பிடிபடாமல் தொடர்ந்து தப்பித்து வருகிறது. அது ஒரு விளம்பரப் பிரியனாக மாறிவிட்டதோ என்று நாம் சந்தேகிக்கும் அளவுக்கு நிலைமை மோசமாகியுள்ளது.

இப்படிப்பட்ட துரதிர்ஷ்டவசமான சம்பவங்கள் ஒரு புறம் இருந்தாலும், எடுத்துக் கொண்ட காரியத்தை மந்திரவாதிகளாகிய நாம் சிறப்பாகவே செய்துள்ளோம் என்று நம்மை நாமே பாராட்டிக் கொள்ளலாம். இப்போதிருக்கும் மகுள்களின்

---

7. 1972ல் வெளியான தன்னுடைய 'மகுள்ஸ் ஹூ நோட்டீஸ்' என்ற புத்தகத்தில், பிலென்ஹைம் ஸ்டாக், இல்ஃப்ராகோம்பில் மகுள்கள் கூட்டத்தின்மீது பிரயோகிக்கப்பட்ட 'மாஸ் மெமரி சார்முக்கு' வசப்படாமல் அவ்வூர்வாசிகளில் ஒருசிலர் தப்பித்துவிட்டதாக எழுதியுள்ளார். 'டாட்ஜி டர்க்' என்ற பெயருடைய மகுள் ஒருவன், இன்றுவரை, இங்கிலாந்தின் தென் பகுதியில் உள்ள மதுவிடுதிகளுக்குச் சென்று அரட்டையடிக்கும்போதெல்லாம், இல்ஃப்ராகோம்ப் கடலில் தான் நீச்சலடித்துக் கொண்டிருந்தபோது 'பிரம்மாண்டமான பறக்கும் பல்லி' ஒன்று தன்னுடைய மிதவையில் துளை போட்டக் கதையை அங்கு இருப்பவர்களிடம் சொல்லத் தவறுவதில்லை.

முன்னோர்கள் எந்த மாயாஜால விலங்குகளைக் கண்டு வெகுவாக அஞ்சினரோ அவை உண்மையில் உலாவின என்று தற்போதைய மகுள் தலைமுறையினரில் பெரும்பாலானோர் நம்புவதில்லை என்பதில் மாறுபட்டக் கருத்து இருக்க முடியாது. போர்லாக்கின் விட்டைகள் அல்லது ஸ்ட்ரீலர்களின் வழித்தடங்களைப் பார்க்க நேரிடும் மகுள்கள்கூட, இப்படிப்பட்ட விலங்குகளை எந்தவிதமான தடயமும் இன்றி ஒட்டுமொத்தமாக மறைத்து வைக்க முடியும் என்று நம்பத் துணிய மாட்டார்கள். எனவே, மாயாஜாலமற்ற, மேம்போக்கான விளக்கங்களால் அவர்கள் திருப்தி அடைந்துவிடுகின்றனர்.[8] அப்படித் தப்பித் தவறி ஏதாவது ஒரு மகுள் இன்னொருவனிடம், இறக்கைகள் படபடக்க ஒரு ஹிப்போகிரிஃப் வடக்கு நோக்கிப் பறந்து சென்றதைத் தான் பார்த்ததாகக் கூறத் துணிந்தாலும், ஒன்று அவன் குடித்திருக்க வேண்டும் அல்லது அவனுக்குப் பைத்தியம் பிடித்திருக்க வேண்டும் என்று முடிவு கட்டப்படும். அந்தக் குறிப்பிட்ட மகுளைப் பொருத்தவரை இது நியாயமற்றது என்றாலும், ஒரு கட்டையில் கட்டி வைக்கப்பட்டு உயிரோடு கொளுத்தப்படுவதைவிட அல்லது கிராமத்துக் குட்டையில் மூழ்கடிக்கப்படுவதைவிட இது கண்டிப்பாக மேலானதுதான்.

அப்படியானால் மந்திரவாதிகள் சமூகம் எவ்வாறு மாயாஜால விலங்குகளை மறைத்து வைக்கிறது?

அதிர்ஷ்டவசமாக, சில மாயாஜால விலங்குகளை மகுள்களின் பார்வையிலிருந்து மறைத்து வைக்க மந்திரவாதிகளின் முயற்சி தேவையில்லை. டிபோ, டெமிகைஸ், போட்ரக்கிள் போன்ற மாயாஜால விலங்குகள் சுற்றுச்சூழலோடு கச்சிதமாகப் பொருந்திக் கொள்கின்ற விதத்தில் தம்மை உருமாற்றிக்

8. மகுள்களிடம் இருக்கும் அதிர்ஷ்டவசமான இந்த மனப்போக்குக் குறித்து விரிவாகத் தெரிந்து கொள்ள, பேராசிரியர் மோர்டிகஸ் எக் எழுதியுள்ள, *'த ஃபிலாஸஃபி ஆஃப் த மன்டேன்: ஒய் த மகுள்ஸ் பிரிஃபர் நாட் டு நோ?'* என்ற நூலைப் படிக்கலாம் (டஸ்ட் & மைல்டியூ வெளியீடு, **1963**).

கொள்வதில் வல்லவையாக இருப்பதால், அவற்றை மறைத்து வைக்க மினிஸ்ட்ரி ஆஃப் மேஜிக்கின் தலையீடு எதுவும் தேவைப்படுவதில்லை. வேறு சில மாயாஜால விலங்குகள் தம்முடைய புத்திசாலித்தனம் காரணமாகவோ அல்லது கூச்ச உணர்வு காரணமாகவோ மகுள்களின் பார்வையில் படுவதை முற்றிலுமாகத் தவிர்த்துவிடுகின்றன. யூனிகார்ன், மூன்காஃப், சென்டார் போன்றவை இதற்கான எடுத்துக்காட்டுகள். வேறு சில மாயாஜால விலங்குகள், மகுள்களால் நுழைய முடியாத பகுதிகளை வசிப்பிடங்களாகக் கொண்டுள்ளன. போர்னியோவில் உள்ள, ஆட்கள் நுழைய முடியாத அடர்காடுகளில் வசிக்கும் அக்ரோமேன்சுலா, மந்திரஜாலம் இல்லாமல் அணுக முடியாத மலைமுகடுகளில் வசிக்கும் ஃபீனிக்ஸ் போன்றவை அவற்றில் சில. இறுதியாக, அளவில் சிறியதாக இருக்கின்ற, படுவேகமாகச் செல்லக்கூடிய, மகுள்களுக்கு மிகவும் பரிச்சயமான விலங்குகளைப்போலவே தோற்றமளிக்கின்ற மாயாஜால விலங்குகள் பல உள்ளன. சிஸ்பர்ஃபில், பில்லிவிக், கிரப் போன்றவை இதன்கீழ் வரும்.

ஆனாலும், வேண்டுமென்றோ அல்லது தெரியாத்தனமாகவோ மகுள்களின் கண்களில் தென்படுகின்ற எண்ணற்ற மாயாஜால விலங்குகள் இருக்கின்றன. இவற்றை மறைப்பதற்குத்தான் 'டிபார்ட்மென்ட் ஃபார் த ரெகுலேஷன் அன்ட் கன்ட்ரோல் ஆஃப் மேஜிக்கல் கிரீச்சர்ஸ்' மிகவும் மெனக்கெட வேண்டியிருக்கிறது. மினிஸ்ட்ரி ஆஃப் மேஜிக்கின்[9] இரண்டாவது பெரிய துறையான இது, தன் கீழ் வரும் ஜீவராசிகளின் பல்வேறுபட்டத் தேவைகளைப் பல்வேறு வழிகளில் நிறைவேற்றி வருகிறது.

---

9. மினிஸ்ட்ரி ஆஃப் மேஜிக்கில் இருக்கும் மிகப் பெரிய துறை 'டிபார்ட்மென்ட் ஆஃப் மேஜிக்கல் லா என்ஃபோர்ஸ்மென்ட்' ஆகும். மற்ற ஆறு துறைகளும் ஏதோ ஒரு விதத்தில் இத்துறைக்கு பதிலளிக்கக் கடமைப்பட்டுள்ளன. அதற்கு ஒரே விதிவிலக்கு 'டிபார்ட்மென்ட் ஆஃப் மிஸ்ட்ரீஸ்' மட்டும்தான்.

பாதுகாப்பான வசிப்பிடங்கள்

மாயாஜால விலங்குகளை மறைப்பதில் முதலாவதும் முக்கியமானதுமான அம்சம் அவை வசிப்பதற்குப் பாதுகாப்பான ஓர் இடத்தை உருவாக்குவதுதான். சென்டார்கள், யூனிகார்ன்கள் போன்றவை வசிக்கும் காடுகளிலும், மெர்பீப்பிளுக்காக ஒதுக்கப்பட்டுள்ள ஏரிகள், ஆறுகள் போன்ற இடங்களிலும் மகுள்கள் நுழைந்துவிடாமல் இருக்க 'மகுள் ரிப்பெல்லிங் சார்ம்ஸ்' பயன்படுத்தப்படுகிறது. குவின்டாபெட் வசிக்கும் பகுதிகளைப் போன்ற சில இடங்கள், மந்திரஜாலத்தின் உதவியுடன், மகுள்களின் நில அளவைக்கு உட்படாதவாறு[10] மாற்றப்படுகின்றன.

இப்படிப்பட்டப் பாதுகாப்பான பகுதிகளில் சில, தொடர்ந்து மந்திரவாதிகளின் மேற்பார்வையில் வைக்கப்பட்டிருக்க வேண்டியது அவசியம். டிராகன் சரணாலயங்கள் இதற்கான ஒரு சிறந்த எடுத்துக்காட்டு. யூனிகார்ன்களும் மெர்பீப்பிளும் தங்கள் பயன்பாட்டுக்கென்று ஒதுக்கப்பட்டுள்ள இடங்களில் மகிழ்ச்சியுடன் வசித்து வந்தாலும், டிராகன்கள் தமக்கு ஒதுக்கப்பட்டுள்ள எல்லைப் பகுதிகளைத் தாண்டி இரைகளைப் பிடிப்பதற்கான வாய்ப்புகளுக்காக எப்போதும் காத்துக் கொண்டிருக்கும். சில நேரங்களில் 'மகுள் ரிப்பெல்லிங் சார்ம்ஸ்' வேலை செய்யாது. ஏனெனில், டிராகன்களின் அளப்பரிய ஆற்றல் அவற்றை முறியடித்துவிடும். மகுள்களைத் தம்மை நோக்கி ஈர்ப்பதையே வாழ்வின் ஒரே நோக்கமாகக் கொண்டிருக்கும் கெல்பிக்கள், தாமாகவே மகுள்களைத் தேடிச் செல்லும் குணமுடைய போகர்பின்கள் போன்றவை பிரச்சனைக்குரியவை என்பதில் ஐயமில்லை.

---

10. ஓர் இடம் நில அளவைக்கு உட்படாவிட்டால், அதை வரைபடங்களில் இடம்பெறச் செய்ய முடியாது.

மாயாஜால விலங்குகளின் இனப்பெருக்கம் மற்றும் அவற்றின் விற்பனை

மிகப் பெரிய, ஆபத்தான மாயாஜால விலங்குகளை இனப்பெருக்கம் செய்வதற்கும் அவற்றின் முட்டைகளையும் குஞ்சுகளையும் குட்டிகளையும் விற்பதற்கும் தற்போது கடுமையான அபராதங்கள் விதிக்கப்படுவதால், அவை மகுள்களின் கண்களில் பட்டுவிடக்கூடிய சாத்தியக்கூறுகள் கணிசமாகக் குறைந்துள்ளன. மாயாஜால விலங்குகளின் விற்பனையை 'டிபார்ட்மென்ட் ஃபார் த ரெகுலேஷன் அன்ட் கன்ட்ரோல் ஆஃப் மேஜிக்கல் கிரீச்சர்ஸ்' மிகத் தீவிரமாகக் கண்காணித்து வருகிறது. 1965ல் கொண்டுவரப்பட்ட, பரிசோதிக்கும் நோக்கத்துடன் புதிதாக உருவாக்கப்படும் மாயாஜால விலங்குகள்மீதான தடை, புதிய மாயாஜால விலங்குகளின் உருவாக்கத்தைச் சட்டத்திற்குப் புறம்பானதாக ஆக்கியுள்ளது.

டிஸ்ஸில்யூஷன்மென்ட் சார்ம்ஸ்

மாயாஜால விலங்குகளை மறைத்து வைப்பதில் சாதாரண மந்திரவாதிகளும் தங்கள் பங்கை ஆற்றுகின்றனர். எடுத்துக்காட்டாக, ஒரு ஹிப்போகிரிஃப்பை வளர்த்து வருபவர்கள், அதை மகுள்கள் பார்த்துவிடுவதைத் தவிர்ப்பதற்காக அதன்மீது டிஸ்ஸில்யூஷன்மென்ட் சார்ம்ஸை ஏவ வேண்டும் என்பது சட்டப்படி கட்டாயமாக்கப்பட்டுள்ளது. அந்தச் சார்ம்ஸின் தாக்கம் விரைவில் மறைந்துவிடும் என்பதால் டிஸ்ஸில்யூஷன்மென்ட் சார்ம்ஸ் தினமும் பயன்படுத்தப்பட வேண்டும்.

மெமரி சார்ம்ஸ்

மகுள்கள் தாங்கள் பார்க்கக்கூடாத ஒன்றைத் தப்பித்தவறிப் பார்த்துவிடும் சமயங்களில், அதைச் சரி செய்வதற்காகப்

பயன்படுத்தப்படும் உத்திகளில் சிறப்பாகப் பலனளிக்கும் ஒன்றுதான் மெமரி சார்ம்ஸ். எந்த மாயாஜால விலங்கை மகுள்கள் பார்த்துவிட்டனரோ அதன் சொந்தக்கார மந்திரவாதி அந்த மகுள்கள்மீது மெமரி சார்ம்ஸை ஏவலாம். மாயாஜால விலங்குகளை மகுள்கள் பார்ப்பது பெரிய அளவில் நிகழும்போது, மினிஸ்ட்ரி ஆஃப் மேஜிக், இதற்கெனப் பிரத்யேகமாகப் பயிற்சி அளிக்கப்பட்டுள்ள ஆப்லிவியேட்டர்களை அனுப்பி வைக்கும்.

த ஆபீஸ் ஆஃப் மிஸ்ஸின்ஃபர்மேஷன்

மாயாஜால விலங்குகள்-மகுள்கள் சந்திப்பு பெரிய அளவில் நிகழும்போது மட்டும் 'த ஆபீஸ் ஆஃப் மிஸ்ஸின்ஃபர்மேஷன்' களத்தில் குதிக்கும். மாயாஜால விலங்குகளை உள்ளடக்கிய ஒரு பெரும் விபத்தோ அல்லது பேரழிவோ நடைபெறும்போது, அது வெளிப்படையாகத் தெரிவதால், அதில் ஈடுபட்டிருக்கும் மாயாஜால விலங்குகளைப் பற்றி மகுள்கள் அறிந்து கொள்வதைத் தடுப்பதற்காக 'த ஆபீஸ் ஆஃப் மிஸ்ஸின்ஃபர்மேஷன்' மகுள்களின் பிரதம மந்திரியை நேரடியாகத் தொடர்பு கொண்டு, அந்நிகழ்வைப் பற்றிய தவறான ஆனால் நம்பத்தக்க, மாயாஜாலத்தோடு சற்றும் தொடர்பில்லாத ஏதேனும் விளக்கத்தைக் கொடுக்கும்படி அவரிடம் கேட்டுக் கொள்ளும். எடுத்துக்காட்டாக, லாக் நெஸ் பகுதியில் அடிக்கடித் தலைதூக்கும் மாயாஜால விலங்கான கெல்பியை மகுள்கள் எடுத்திருந்த அனைத்துப் புகைப்படங்களும் போலியானவை என்று மகுள்களை நம்ப வைப்பதற்கு இந்த ஆபீஸ் மேற்கொண்ட முயற்சிகள் வெற்றி பெற்றதால், ஒரு சமயத்தில் மிகவும் ஆபத்தானதுபோலத் தோன்றிய ஒரு சூழ்நிலை வெற்றிகரமாகச் சமாளிக்கப்பட்டது.

மேஜிஸூவாலஜியின் முக்கியத்துவம்

மேலே குறிப்பிடப்பட்டுள்ள நடவடிக்கைகள், மாயாஜால விலங்குகளை மறைப்பதற்காக 'டிபார்ட்மென்ட் ஃபார் த ரெகுலேஷன் அன்ட் கன்ட்ரோல் ஆஃப் மேஜிக்கல் கிரீச்சர்ஸ்' மேற்கொள்கின்ற பெருமுயற்சிகளின் மிகச் சிறிய அங்கம்தான். இனி மீதமிருப்பது ஒரே ஒரு கேள்வி மட்டுமே. மாயாஜால விலங்குகள் கொடூரமானவையாகவும் பழக்கப்படுத்தப்பட முடியாதவையாகவும் இருக்கும்போதுகூட, தனிப்பட்ட முறையிலும் மந்திரவாதிகள் சமூகம் என்ற முறையிலும் நாம் ஏன் இன்னும் அவற்றை மறைக்கவும் பாதுகாக்கவும் முயன்று வருகிறோம் என்பதுதான் அக்கேள்வி. அதற்கான விடையை நாம் அனைவரும் இதயபூர்வமாக அறிவோம். அந்த விடை இதுதான்: நாம் எவ்வாறு மாயாஜால விலங்குகளின் விநோதமான அழகையும் சக்தியையும் ரசித்து மகிழும் பாக்கியத்தைப் பெற்றுள்ளோமோ, அதே பாக்கியத்தை வருங்கால மந்திரவாதிகளும் மந்திரவாதினிகளும் பெற்று மகிழ வேண்டும் என்பதற்காகத்தான் நாம் இதைச் செய்கிறோம்.

நம்முடைய உலகில் உலாவிக் கொண்டிருக்கும் எண்ணற்ற மாயாஜால விலங்குகள் குறித்த ஒரு சிறு அறிமுகமாக மட்டுமே நான் இந்நூலைக் கருதுகிறேன். பின்வரும் பக்கங்களில் எண்பத்தோரு மாயாஜால விலங்குகள் விவரிக்கப்பட்டுள்ளன. இன்னும் அதிகமான மாயாஜால விலங்குகள் கண்டுபிடிக்கப்படும் என்பதில் எனக்கு எந்தவிதமான சந்தேகமும் இல்லை. எனவே, வருங்காலத்தில் இப்புத்தகத்தின் திருத்தப்பட்டப் பதிப்பு ஒன்று வெளிவருவதற்கான வாய்ப்பு உள்ளது. இதற்கிடையே, இப்புத்தகத்தின் மூலமாக, பல தலைமுறைகளைச் சேர்ந்த இளம் மந்திரவாதிகளும் மந்திரவாதினிகளும் நான் பெரிதும் நேசிக்கின்ற மாயாஜால விலங்குகள் குறித்த முழுமையான அறிவோடும் புரிதலோடும் வளர்ந்துள்ளனர் என்பதை நினைத்துப் பார்க்கும்போது அது எனக்குப் பெரும் மகிழ்ச்சியளிக்கிறது என்பதை நான் இங்கு பதிவு செய்ய விரும்புகிறேன்.

மினிஸ்ட்ரி ஆஃப் மேஜிக்கின் வகைப்பாடுகள்

இதுவரை அறியப்பட்டுள்ள மாயாஜால விலங்குகள், 'பீயிங்' வகை ஜீவராசிகள், ஆவிகள் அனைத்தையும் 'டிபார்ட்மென்ட் ஃபார் த ரெகுலேஷன் அன்ட் கன்ட்ரோல் ஆஃப் மேஜிக்கல் கிரீச்சர்ஸ்' ஐந்து வகைகளின்கீழ் பிரித்துள்ளது. அந்த ஜீவராசிகள் எவ்வளவு தூரம் ஆபத்தானவை என்பதை உடனடியாகத் தெரிந்து கொள்வதற்கான ஒரு கையேடாக இது செயல்படுகிறது. அந்த ஐந்து பிரிவுகள் பின்வருமாறு:

மினிஸ்ட்ரி ஆஃப் மேஜிக்கின் (மி.ஆ.மே.) வகைப்பாடுகள்	
XXXXX	**மந்திரவாதிகளைக் கொல்லும் சக்தி படைத்தவை. இவற்றைப் பயிற்றுவிப்பதும் வீட்டில் வளர்ப்பதும் இயலாத காரியம்.**
XXXX	**ஆபத்தானவை/சிறப்பு அறிவு தேவை/மிகத் திறமையான மந்திரவாதிகள் இவற்றைக் கையாளலாம்.**
XXX	**திறமையான மந்திரவாதிகளால் சமாளிக்க இயலும்**
XX	**ஆபத்தற்றவை/வீட்டில் வளர்த்துப் பழக்கப்படுத்தப்படக்கூடியவை**
X	**மிகச் சாதாரணமானவை**

ஒரு குறிப்பிட்ட விலங்கின் வகைப்படுத்துதல் குறித்து விவரிக்க வேண்டிய தேவை இருந்ததாக நான் கருதிய இடங்களில் அடிக்குறிப்புகள் கொடுத்துள்ளேன்.

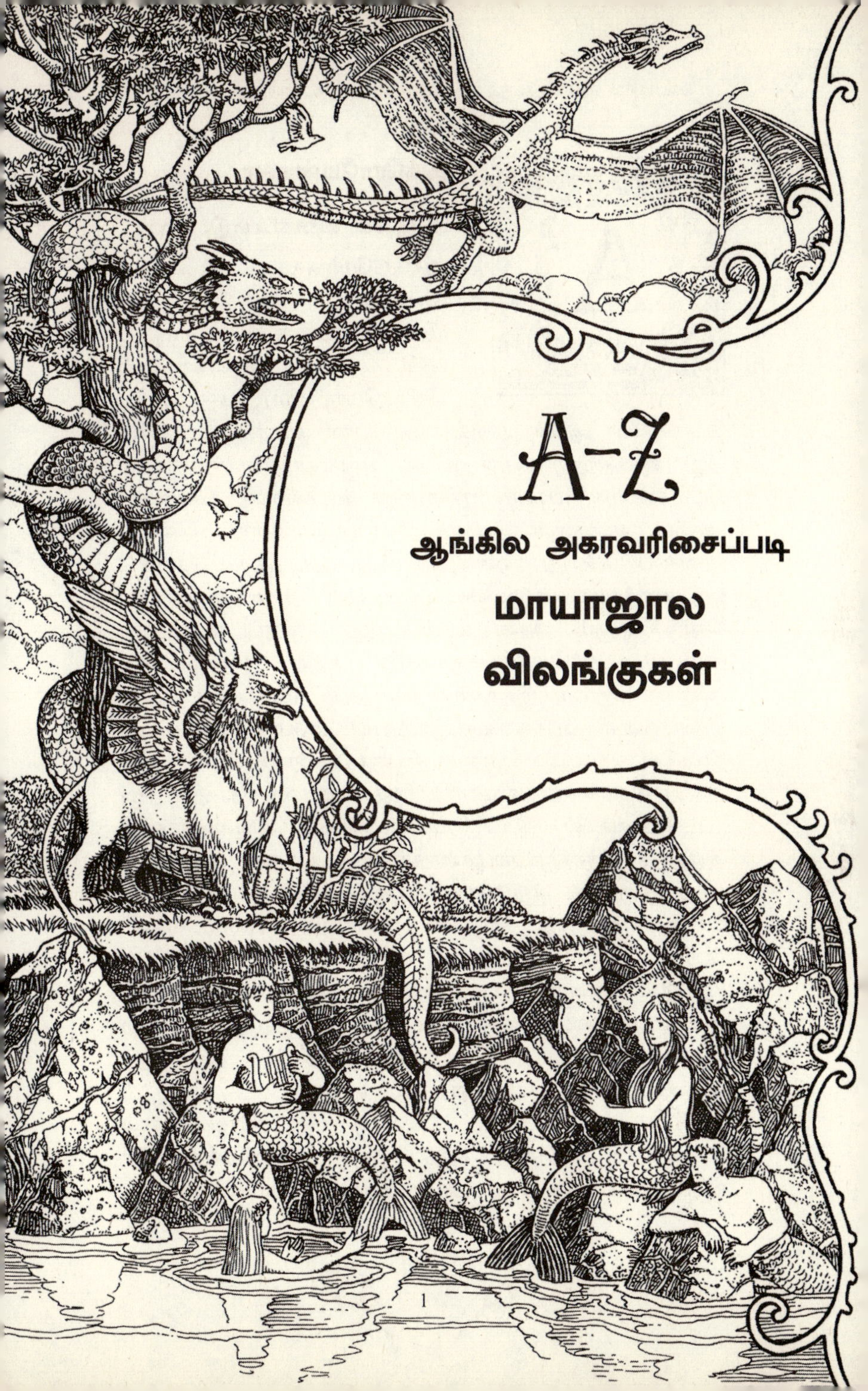

A–Z

ஆங்கில அகரவரிசைப்படி மாயாஜால விலங்குகள்

அக்ரோமேன்சுலா

மி.ஆ.மே. வகைப்பாடு: XXXXX

அக்ரோமேன்சுலா எட்டுக் கண்களைக் கொண்ட ஒரு பிரம்மாண்டமான சிலந்திப் பூச்சி. அக்ரோமேன்சுலாவால் மனித மொழியைப் பேச முடியும். போர்னியோ அதன் பூர்வீகம். அங்குள்ள அடர்ந்த காடுகளில் அது வசிக்கிறது. அதன் உடல் முழுவதும் படர்ந்திருக்கும் அடர்த்தியான முடியும், பதினைந்து அடிகள்வரை நீளக்கூடிய அதன் கால்களும், அது கோபப்படும்போது அல்லது பரவசப்படும்போது ஒன்றையொன்று அடித்துக் கொண்டு ஒரு தனித்துவமான ஒலியை ஏற்படுத்துகின்ற அதன் இரண்டு கொடுக்குகளும், அதன் உடலிலிருந்து சுரக்கும் ஒரு நச்சுத் திரவமும் அக்ரோமேன்சுலாவுக்கே உரிய தனித்துவமான அம்சங்களாகும். மாமிச உண்ணியான அக்ரோமேன்சுலா, பெரிய இரைகளை விரும்பக்கூடியது. குவிந்த மாடம் போன்ற அமைப்பில் நிலத்தில் அது வலை பின்னும். பெண் அக்ரோமேன்சுலா ஆண் அக்ரோமேன்சுலாவைவிடப் பெரியது. அது ஒரு நேரத்தில் நூறு முட்டைகள்வரை இடும். மென்மையாகவும் வெள்ளையாகவும் இருக்கும் இந்த முட்டைகள் கிட்டத்தட்ட ஒரு கால்பந்தின் அளவு இருக்கும். ஆறு வாரங்களிலிருந்து எட்டு வாரங்களுக்குள் முட்டைகளிலிருந்து குஞ்சுகள் வெளிவரும். ‘டிபார்ட்மெண்ட் ஃபார் த ரெகுலேஷன் அண்ட் கண்ட்ரோல் ஆஃப் மேஜிக்கல் கிரீச்சர்ஸ்’ ‘கிளாஸ் ஏ நான்-டிரேடபிள் குட்ஸ்’ பிரிவில் இம்முட்டைகளை வைத்துள்ளது. அதாவது, யாரேனும் அவற்றை விற்றாலோ அல்லது இறக்குமதி செய்தாலோ அவருக்குக் கடுமையான அபராதங்கள் விதிக்கப்படும்.

இந்த மாபெரும் விலங்கு, மந்திரவாதிகளால் உருவாக்கப்பட்டதாகக் கருதப்படுகிறது. மந்திரவாதிகளின் வசிப்பிடங்கள் அல்லது அவர்களுடைய பொக்கிஷங்களைப்

பாதுகாப்பதற்காக இது உருவாக்கப்பட்டு இருக்கலாம். அளவில் மிகவும் பிரம்மாண்டமானவையாக இருக்கும் பெரும்பாலான மாயாஜால விலங்குகள் இப்படி உருவாக்கப்பட்டவைதான்.[1] அக்ரோமேன்சுலாவுக்கு மனித அறிவுக்கு ஈடான அறிவு இருந்தாலும் அதைப் பழக்கப்படுத்த முடியாது. இது மந்திரவாதிகளுக்கும் மகுள்களுக்கும் மிகவும் ஆபத்தான ஒரு விலங்காகும்.

ஸ்காட்லாந்தில் அக்ரோமேன்சுலாக்கள் கூட்டமாகக் குடியேறியுள்ளதாக உறுதிப்படுத்தப்பட முடியாத ஒரு வதந்தி நிலவுகிறது.

ஆஷ்வைன்டர்

மி.ஆ.மே. வகைப்பாடு: XXX

ஒரு முறை ஒரு மாயாஜால நெருப்பு[2] உருவாக்கப்பட்டு, கட்டுப்பாடின்றி நீண்டகாலம் எரிய விடப்பட்டபோது உருவானதுதான் ஆஷ்வைன்டர். ஒல்லியாகவும் வெளிறிய சாம்பல் நிறத்திலும் இருக்கும் ஒரு பெரிய பாம்பு அது. அதன் கண்கள் சிவப்பு நிறத்தில் ஒளிர்விடும். கண்காணிப்பு இல்லாத நெருப்பிலிருந்து அது உருவாகி, மெதுவாக நழுவி வசிப்பிடங்களின் நிழல்களுக்குள் சென்றுவிடும். அது தான் செல்லும் வழியில் சாம்பல் நிறத்தில் ஒரு வழித்தடத்தை விட்டுச் செல்லும்.

---

1. மனிதர்களைப்போலப் பேசக்கூடிய மாயாஜால விலங்குகள் தாமாகவே அவ்வாறு பேசக் கற்றுக் கொள்ளக்கூடிய திறன் படைத்தவையாக இருப்பது மிகவும் அரிது. அதற்கு ஒரே ஒரு விதிவிலக்கு ஜார்வீ. அக்ரோமேன்சுலாக்கள் முதன்முதலாக *1794*ல் மந்திரவாதிகளின் பார்வையில் தென்பட்டதாகப் பதிவு செய்யப்பட்டுள்ளது. ஆனால் அதற்கு வெகுகாலத்திற்குப் பிறகு, இந்த நூற்றாண்டில்தான் மாயாஜால விலங்குகளைப் பரிசோதனை முறையில் புதிதாக உருவாக்குவது தடை செய்யப்பட்டது.

2. ஃப்ளூ பவுடர் போன்ற மாயாஜால வஸ்துக்கள் சேர்க்கப்பட்டு உருவாக்கப்படும் நெருப்பு.

ஆஷ்வைன்டர் ஒரு மணி நேரம் மட்டுமே உயிர்வாழும். அந்த நேரத்திற்குள் அது ஓர் இருண்ட, ஒதுக்குப்புறமான இடத்தைத் தேர்ந்தெடுத்து அங்கு முட்டையிடும். பிறகு அது உடைந்து நொறுங்கித் தூசியாக மாறிவிடும். பிரகாசமான சிவப்பு நிறத்தில் இருக்கும் ஆஷ்வைன்டர் முட்டைகள் அதிக அளவில் சூட்டை வெளியேற்றும். அம்முட்டைகளை ஒருசில நிமிடங்களுக்குள் கண்டுபிடித்து, பொருத்தமான ஒரு சார்மைக் கொண்டு அவற்றை உறையச் செய்யாவிட்டால், அவை தாமாகவே தீப்பற்றிக் கொள்ளும். தன் வீட்டிற்குள் ஆஷ்வைன்டர்கள் நுழைந்துவிட்டதாக ஒரு மந்திரவாதி சந்தேகப்பட்டால், அவன் உடனடியாக அதன் முட்டைகளைக் கண்டுபிடிக்க முயற்சிக்க வேண்டும். முட்டைகள் குளிர்விக்கப்பட்டுவிட்டால், அவை மிகவும் பயனுள்ளவையாக மாறிவிடும். 'லவ் போஷனில்' அவை பயன்படுத்தப்படுகின்றன. இந்த முட்டைகளை முழுதாகச் சாப்பிட்டால் குளிர்காய்ச்சல் குணமாகும்.

ஆஷ்வைன்டர்கள் உலகம் நெடுகிலும் காணப்படுகின்றன.

ஆகுரி

(இது ஐரிஷ் ஃபீனிக்ஸ் என்றும் அழைக்கப்படுகிறது)

மி.ஆ.மே. வகைப்பாடு: XX

ஆகுரியின் பூர்வீகம் இங்கிலாந்து மற்றும் அயர்லாந்து என்றாலும் சமயங்களில் வடக்கு ஐரோப்பாவிலும் இது காணப்படும். உள்ளங்கைக்குள் அடங்கிவிடக்கூடிய, கரும்பச்சை நிறத்தைக் கொண்ட, மெல்லிய இப்பறவை, பார்ப்பதற்குப் பஞ்சத்தில் அடிபட்ட ஒரு சிறிய கழுகுபோல இருக்கும். மிகவும் கூச்ச சுபாவம் உடைய இப்பறவை முட்செடிகளில் கூடு கட்டும். பெரிய பூச்சிகளையும் ஃபேரிகளையும் இது உண்ணும். கடும் மழையில் மட்டுமே இது பறக்கும். மற்ற சமயங்களில், தான் கட்டியிருக்கும் கண்ணீர் வடிவக் கூட்டில் அது மறைவாக இருக்கும்.

ஆகுரி ஒரு தனித்துவமான கீழ்ஸ்தாயியில் தவிப்புடன் கத்தும். காலதேவன் வருவதற்கான முன்னறிவிப்பு அது என்று முன்பு நம்பப்பட்டு வந்தது. இதயத்தைக் கசக்கிப் பிழியும் அந்தக் கத்தலைத் தாங்கள் கேட்டுவிடுவோமோ என்ற பயத்தில் மந்திரவாதிகள் இப்பறவையின் கூட்டைத் தவிர்ப்பர். காட்டின் வழியாகச் சென்ற மந்திரவாதிகளில் ஒரு சிலர், மறைவாக இருந்து பெரிதாக ஓலமிட்டு அலறிய ஓர் ஆகுரியின் அழுகுரலைக்[3] காதால் கேட்டதன் விளைவாக மாரடைப்பு வந்து இறந்து போனதாக நம்பப்படுகிறது. ஆனால், அந்த அலறல் உண்மையில் மழையை வரவேற்றுப் பாடும் பாடல்தான் என்பதைப் பொறுமையாக மேற்கொள்ளப்பட்ட ஆய்வுகள் தெரிவிக்கின்றன.[4] அதற்குப் பிறகு, மழையைப் பற்றி ஆரூடம் கூறுகின்ற செல்லப் பறவையாக அதை வீட்டில் வளர்க்கும் புதிய பழக்கம் நடைமுறைக்கு வந்தது. ஆனால் மழைக்காலங்களில் அது தொடர்ந்து கத்திக் கொண்டிருப்பதைப் பலரால் பொறுத்துக் கொள்ள முடியாமல் போயிற்று. ஆகுரியின் இறகுகளை எழுதுவதற்குப் பயன்படுத்த முடியாது. ஏனெனில், மை அவற்றின்மீது துளிகூட ஒட்டாது.

---

3. 'யூரிக் த ஆட்பால்' பற்றிய ஒரு கதை இது. அவன் ஒரு முறை சுமார் ஐம்பது ஆகுரிப் பறவைகள் இருந்த ஓர் அறையில் தூங்கினானாம். பெரும் மழை பெய்த ஒரு நாளில், ஆகுரிப் பறவைகளின் ஒப்பாரிக் குரலைக் கேட்டு விழித்த அவன், தான் இறந்துவிட்டோம் என்றும் இப்போது தான் ஓர் ஆவி என்றும் உறுதியாக நம்பினான். அதனால் அவன் அந்த வீட்டின் சுவர்களின் ஊடாகப் புகுந்து செல்ல முயன்றபோது அவனுடைய தலையில் ஏற்பட்டக் காயம் ஆறுவதற்குப் பத்து நாட்களாயின என்று அவனுடைய சரிதையை எழுதியுள்ள நூலாசிரியர் ராடோல்ஃபஸ் பிட்டிமன் கூறுகிறார்.

4. கல்லிவர் போக்பையின் 'ஒய் ஐ டின்ட் டை வென் த ஆகுரி கிரைடு' என்ற புத்தகத்தைப் பார்க்கவும் (லிட்டில் ரெட் புக்ஸ் வெளியீடு, 1824).

பேஸிலிஸ்க்

(இது கிங் ஆஃப் செர்ப்பென்ட்ஸ் என்றும் அழைக்கப்படுகிறது)

மி.ஆ.மே. வகைப்பாடு: XXXXX

கிரீஸ் நாட்டுத் தீய மந்திரவாதியும் பார்சல்மௌத்துமான ஹெர்ப்போ த ஃப்பவுல்தான் முதன்முதலாக பேஸிலிஸ்க்கை உருவாக்கினார் என்று அறியப்படுகிறது. எண்ணற்றப் பரிசோதனைகளுக்குப் பிறகு, தேரைக்கு அடியில் ஒரு கோழி முட்டையை அடைகாக்க வைத்தால், அசாதாரணமான மற்றும் ஆபத்தான ஆற்றல்களைக் கொண்ட பிரம்மாண்டமான பாம்பு ஒன்று அதிலிருந்து வெளிப்படும் என்பதை அவர் கண்டறிந்தார்.

பேஸிலிஸ்க் ஐம்பது அடி நீளம்வரை வளரக்கூடிய, பிரகாசமான பச்சை நிறத்தில் இருக்கின்ற, பிரம்மாண்டமான ஒரு பாம்பு. ஆண் பாம்புக்குத் தலையில் ரத்தச் சிவப்பு நிறத்தில் ஒரு கொண்டை இருக்கும். அதன் விஷப் பற்கள் கடுமையான நச்சுத்தன்மை கொண்டவை. ஆனால் அது தன் பெரிய மஞ்சள் நிறக் கண்களால் வெறித்துத்தான் தன் பயங்கரமான தாக்குதலை நிகழ்த்தும். அதன் கண்களை நேரடியாகப் பார்க்கும் எவருக்கும் உடனடி மரணம் நிச்சயம்.

அதற்குப் போதுமான உணவு கிடைத்துவிட்டால் (அனைத்து விதமான பாலூட்டிகள், பறவைகள் மற்றும் ஊர்வனவற்றை அது உண்ணும்) அது மிகமிக நீண்ட காலம் உயிர்வாழும். ஹெர்ப்போ த ஃப்பவுலின் பேஸிலிஸ்க் தொள்ளாயிரம் ஆண்டுகள் உயிரோடு இருந்ததாக நம்பப்படுகிறது.

பேஸிலிஸ்க்கை உருவாக்குவது மத்தியக் காலகட்டத்திலிருந்து தடை செய்யப்பட்டுள்ளது. 'டிபார்ட்மென்ட் ஃப்பார் த ரெகுலேஷன் அன்ட் கன்ட்ரோல் ஆஃப் மேஜிக்கல் கிரீச்சர்ஸ்' சோதனையிட வந்தால் தேரைக்கு அடியில் இருக்கும் கோழி முட்டையை எடுத்துவிடுவதன் மூலம், இதில்

ஈடுபட்டிருப்பவர்களால் அதை மிக எளிதாக மறைத்துவிட முடியும். ஆனால் சர்ப்ப பாஷை அறியாதவர்களால் அந்தப் பாம்பைக் கட்டுப்படுத்த முடியாது என்பதால், அது தீய மந்திரவாதிகள் உட்பட அனைவருக்கும் மிகவும் ஆபத்தானது. கடந்த நானூறு ஆண்டுகளாக பிரிட்டனில் பேஸிலிஸ்க்கைப் பார்த்ததற்கான ஆதாரங்கள் எதுவும் இல்லை.

பில்லிவிக்

மி.ஆ.மே. வகைப்பாடு: XXX

பில்லிவிக் ஆஸ்திரேலியாவைப் பூர்வீகமாகக் கொண்ட ஒரு பூச்சி. அரை அங்குல நீளம் இருக்கும் இப்பூச்சி, படுவேகமாகச் செல்லக்கூடியது. அதனால் அது மகுள்களின் கண்களில் படாமல் போனதில் வியப்பில்லை. சில சமயங்களில் மந்திரவாதிகள்கூட அதைத் தவறவிட்டுவிடக்கூடும், அது அவர்களைக் கடிக்கும்வரை. இந்தப் பூச்சியின் இறக்கைகள் அதன் தலையில் இருக்கும். அந்த இறக்கைகள் மிக வேகமாகச் சுற்றுவதால், பறக்கும்போது அப்பூச்சியும் சேர்ந்து சுற்றும். அதன் உடலின் அடியில் ஒரு நீண்ட, மெல்லிய கொடுக்கு இருக்கும். அந்தக் கொடுக்கு ஒருவரைக் கொட்டினால் அவருடைய தலை கிறுகிறுக்கும். அவருடைய உடல் தரையிலிருந்து மேலே எழும். இந்த அனுபவத்தைப் பெறுவதற்காக, தலைமுறை தலைமுறையாகப் பல ஆஸ்திரேலிய மந்திரவாதிகளும் மந்திரவாதினிகளும் நிறைய பில்லிவிக் பூச்சிகளைப் பிடித்து, அவற்றைச் சீண்டித் தங்கள் உடலில் கொட்ட வைத்துள்ளனர். அதே சமயம், நிறைய பூச்சிகள் கடித்துவிட்டால், அவர்கள் கட்டுப்பாடின்றிப் பல நாட்களாக வானில் வட்டமிட்டுக் கொண்டிருப்பர். இந்தப் பூச்சிக்கடிக்கு ஒவ்வாமை இருப்பவர்கள் வானில் நிரந்தரமாக மிதந்து கொண்டிருக்க வேண்டியதுதான். பில்லிவிக் பூச்சிகளின் உலர்த்தப்பட்டக் கொடுக்குகள் போஷன்களில் பயன்படுத்தப்படுகின்றன. பிரபலமான இனிப்புப் பண்டமான 'ஃபிஸ்ஸிங் விஸ்பீ'க்களில் இது சேர்க்கப்படுவதாக நம்பப்படுகிறது.

போட்ரக்கிள்

மி.ஆ.மே. வகைப்பாடு: XX

மரத்தைக் காவல் காக்கும் ஒரு ஜீவராசி இது. இது பொதுவாக இங்கிலாந்தின் மேற்குப் பகுதிகளிலும், தெற்கு ஜெர்மனியிலும்,

ஒரு சில ஸ்கேன்டினேவியக் காடுகளிலும் காணப்படுகிறது. இது அளவில் மிகவும் சிறியதாக இருப்பதால் இதைக் கண்டுபிடிப்பது மிகவும் கடினம் (அது அதிகபட்சம் எட்டு அங்குல நீளம் வரைதான் வளரும்). அது மரப்பட்டைகளாலும் குச்சிகளாலும் உருவாக்கப்பட்டதுபோல இருக்கும். அதற்கு இரண்டு சிறிய பழுப்பு நிறக் கண்கள் உண்டு.

பூச்சிகளை இரையாகக் கொள்ளும் போட்ரக்கிள், கூச்ச சுபாவம் உடையது. தான் உண்டு தன் வேலையுண்டு என்று அது இருக்கும். ஆனால் தான் வசித்து வருகின்ற மரத்திற்கு ஆபத்து வந்துவிட்டால், அந்த மரத்தை வெட்ட முனைபவருடைய கண்களைத் தன்னுடைய இரண்டு நீண்ட, கூரிய கைகளால் பிறாண்டி அவற்றைத் தோண்டி எடுத்துவிடும். மந்திரக்கோல்களைச் செய்ய இந்த மரங்களிலிருந்து சிறிதளவை வெட்டி எடுத்துச் செல்ல விரும்பும் மந்திரவாதிகள், போட்ரக்கிளுக்கு மர உண்ணிகளைச் சாப்பிடக் கொடுத்து அதை சமாதானப்படுத்துவர்.

பண்டிமன்

மி.ஆ.மே. வகைப்பாடு: XXX

இது உலகெங்கும் உள்ளது. எப்போதும் குளிராக இருக்கும் நாடுகளிலுள்ள வீடுகளில், தரை வழியாகக் குளிர் உடலில் பரவாமல் இருப்பதற்காகத் தரையின்மீது அடிக்கப்பட்டிருக்கும் மெல்லிய மரப்பலகைகளுக்கு அடியில் திறமையாக ஒளிந்து கொண்டு வீடு முழுவதும் பரவுவதில் திறன் படைத்தது இது. வீடுகளில் அழுகிய துர்நாற்றம் வீசினால் பண்டிமன்கள் வீடு முழுவதும் பரவியிருப்பதை உணர்ந்து கொள்ளலாம். அவற்றின் உடல்களிலிருந்து சுரக்கும் ஒரு வகைத் திரவம் வீட்டின் கட்டுமானத்தையே அரிக்க வல்லது.

வெறுமனே ஒய்ந்திருக்கும்போது, கண்களுடன்கூடிய பச்சை நிறப் பூஞ்சையைப்போல அது தோற்றமளிக்கும்.

செயலில் இறங்கும்போது, அது தன்னுடைய எண்ணற்ற நீண்ட கால்களில் அங்குமிங்கும் ஊர்ந்து கொண்டிருக்கும். அழுக்குதான் அதன் உணவு. பண்டிமன்கள் ஒரு வீட்டை ஆக்கிரமித்து இருக்கும்போது, 'ஸ்கோரிங் சார்ம்ஸை'ப் பயன்படுத்தி அவற்றை ஒட்டுமொத்தமாகப் போக்க இயலும். ஆனால் அவை அளவுக்கு அதிகமாக ஆக்கிரமித்து இருந்தால், டிபார்ட்மெண்ட் ஃபார் த ரெகுலேஷன் அன்ட் கன்ட்ரோல் ஆஃப் மேஜிக்கல் கிரீச்சர்ஸை (பெஸ்ட் சப்-டிவிஷன்) தொடர்பு கொள்ள வேண்டும். இல்லையெனில், வீடு இடிந்து நொறுங்கிவிடும். பண்டிமன்களின் உடல்களிலிருந்து சுரக்கும் திரவத்தில் நீர் சேர்க்கப்பட்டு ஒருசில மாயாஜாலத் துப்புரவுத் திரவங்களில் பயன்படுத்தப்படுகிறது.

சென்டார்

மி.ஆ.மே. வகைப்பாடு: XXXX[5]

சென்டார் பார்ப்பதற்கு ஒரு குதிரையின் உடலில் மனித மார்பும், மனிதத் தலையும், மனிதக் கைகளும் ஒட்ட வைக்கப்பட்டுள்ளதுபோலக் காட்சியளிக்கும். சென்டார் பல நிறங்களில் இருக்கும். அறிவுத் திறன் கொண்ட அதனால் பேசவும் முடியும் என்பதால், அதை ஒரு விலங்காக வரையறை செய்வது சரியல்ல என்றாலும், அதன் சொந்த வேண்டுகோளுக்கு இணங்க மினிஸ்ட்ரி ஆஃப் மேஜிக்கால் அது அவ்வாறு வரையறுக்கப்பட்டுள்ளது (இது பற்றி விபரமாக முன்னுரையில் குறிப்பிடப்பட்டு உள்ளது).

சென்டார்கள் எப்போதும் காடுகளில் வசிக்கும். அவற்றின் பூர்வீகம் கிரீஸ் என்று நம்பப்பட்டாலும், அவை இப்போது ஐரோப்பாவின் பல பகுதிகளில் கூட்டங்கூட்டமாக வசித்து வருகின்றன. அவை வசித்து வரும் நாடுகளிலுள்ள மந்திரவாதச் சமூக அதிகாரிகள், மகுள்களால் அவை தொந்தரவுக்கு ஆளாகிவிடாமல் இருப்பதற்காக அவற்றுக்கென தனி இடங்களை ஒதுக்கியுள்ளனர். ஆனால் மகுள்களிடமிருந்து தம்மைப் பாதுகாத்துக் கொள்ள சென்டார்கள் ஒருசில தந்திரங்களைக் கையாளுவதால், இது தொடர்பாக அவற்றுக்கு மந்திரவாதிகளின் உதவி தேவைப்படுவதில்லை.

சென்டார்களின் வாழ்க்கைமுறையில் பெரும் மர்மங்கள் புதைந்து கிடக்கின்றன. பொதுவாக அவை மகுள்களை நம்பாத அதே அளவு மந்திரவாதிகளையும் நம்புவதில்லை. இன்னும் சொல்லப் போனால், அவை மகுள்களுக்கும் மந்திரவாதிகளுக்கும்

---

5. சென்டார்கள் மிகவும் மூர்க்கமான விலங்குகள் என்பதற்காக அவை ஜ்ஜ்ஜ்ஜ் என்று வகைப்படுத்தப்படவில்லை. அவை மிகுந்த மரியாதையுடன் நடத்தப்பட வேண்டும் என்பதற்காகவே அவை அவ்வாறு வகைப்படுத்தப்பட்டுள்ளன. இது மெர்பீப்பிளுக்கும் யூனிகார்ன்களுக்கும் பொருந்தும்.

இடையே எந்த வேறுபாடும் இருப்பதாகக் கருதுவதில்லை. அவை மந்தைகளாக வசிக்கின்றன. ஒவ்வொரு மந்தையிலும் பத்திலிருந்து ஐம்பது சென்டார்கள்வரை இருக்கும். மாயாஜாலப் பிணிநீக்கம், தெய்வீக வழிகாட்டுதல், வில்லெறிதல், வானியல் போன்றவற்றில் கரை கண்டவை அவை என்று நம்பப்படுகிறது.

கைமேரா

மி.ஆ.மே. வகைப்பாடு: XXXXX

இது ஓர் அரிய கொடுவிலங்கு. இது ஆட்டின் உடலையும், சிங்கத்தின் தலையையும், டிராகனின் வாலையும் கொண்டிருக்கும். ரத்த தாகம் கொண்டு அலையும் இக்கொடிய விலங்கு மிகவும் ஆபத்தானது. இது ஒரே ஒரு முறைதான் வெற்றிகரமாகக் கொல்லப்பட்டதாகக் கூறப்படுகிறது. ஆனால் அதைக் கொன்ற அந்த மந்திரவாதி, அதனுடன் போரிட்டதால்

ஏற்பட்ட அதீதக் களைப்பால் துரதிர்ஷ்டவசமாகத் தன்னுடைய 'விங்டு ஹார்ஸிலிருந்து' கீழே விழுந்து மாண்டுவிட்டான். கைமேராவின் முட்டைகள் 'கிளாஸ் ஏ நான்-டிரேடபிள் குட்ஸ்' பிரிவில் வைக்கப்பட்டுள்ளன.

சிஸ்பர்ஃபில்

மி.ஆ.மே. வகைப்பாடு: XX

இவை மிகச் சிறிய ஒட்டுண்ணிகள். ஓர் அங்குலத்தில் இருபதில் ஒரு பங்கு உயரம் கொண்டவை இவை. பார்ப்பதற்கு நண்டுபோல இருக்கும் இவற்றுக்குப் பெரிய விஷப் பற்கள் உண்டு. இவை மாயாஜாலத்தால் ஈர்க்கப்படுபவை. அதனால் கிரப், ஆகுரி போன்ற விலங்குகளின் முடிகளிலும் இறகுகளிலும் இவை புகுந்து கொள்ளக்கூடும். அதோடு, இவை மந்திரவாதிகளின் வீடுகளுக்குள் புகுந்து மந்திரக்கோல் போன்ற மந்திரஜாலப் பொருட்களைக் குறி வைக்கும். பிறகு மெதுவாக மந்திரக்கோல்களின் உள்மையப் பகுதியைக் கபளீகரம் செய்யும் அல்லது போஷன்கள் தயாரிக்கும் பானைகளுக்குள் புகுந்து அவற்றில் ஒட்டிக் கொண்டிருக்கும் போஷன்[6] துளிகளை உட்கொள்ளும். சந்தையில் கிடைக்கும் எண்ணற்றப் போஷன்களால் சிஸ்பர்ஃபில்களை எளிதாக ஒழித்துவிட முடியும் என்றாலும், அவை பெருமளவு பரவியிருந்தால், டிபார்ட்மென்ட் ஃபார் த ரெகுலேஷன் அன்ட் கன்ட்ரோல் ஆஃப் மேஜிக்கல் கிரீச்சர்ஸின் பெஸ்ட் சப்-டிவிஷனின் உதவி தேவைப்படும்.

---

6. மந்திரஜாலக் கட்டுப்பாடுகள் இல்லாதிருக்கும்பட்சத்தில் சிஸ்பர்ஃபில்கள் மின்சாதனங்களைத் தாக்கும் என்பது கண்டறியப்பட்டுள்ளது (மின்சாரம் என்றால் என்ன என்பதைப் பற்றி விரிவாக அறிந்து கொள்ள, 1987ல் லிட்டில் ரெட் புக்ஸ் பதிப்பகம் வெளியிட்டுள்ள, வில்ஹெம் விக்வொர்தியின் 'ஹோம் லைஃப் அன்ட் சோஷியல் ஹேபிட்ஸ் ஆஃப் பிரிட்டிஷ் மகுள்ஸ்' என்ற புத்தகத்தைப் பார்க்கவும்). மகுள்கள் தயாரித்துள்ள பல புதிய மின்சாதனங்கள் ஏன் விரைவில் கெட்டுப் போகின்றன என்ற புதிருக்கான விடை சிஸ்பர்ஃபில்களின் தாக்குதல்களில் ஒளிந்திருக்கிறது.

ஏனெனில், மாயாஜால வஸ்துக்களை உட்கொண்டதால் உப்பிப் போயுள்ள சிஸ்பர்ஃபில்களை எதிர்த்துச் சண்டையிடுவது மிகவும் கடினம்.

கிளாபர்ட்

மி.ஆ.மே. வகைப்பாடு: XX

இது மரத்தில் வசிக்கும் ஒரு விலங்கு. பார்ப்பதற்கு ஒரு குரங்குக்கும் ஒரு தவளைக்கும் பிறந்ததுபோல அது இருக்கும். அமெரிக்காவின் தென் மாநிலங்கள்தான் இதன் பூர்வீகம். ஆனால் அது உலகம் நெடுகிலும் ஏற்றுமதி செய்யப்பட்டுள்ளது. பச்சை நிறத்தில் இருக்கும் அதன் தோல், முடி இல்லாமல் வழுவழுப்பாக இருக்கும். அதன் கை விரல்கள் ஒன்றோடொன்று தோலால் பிணைக்கப்பட்டிருக்கும். அதன் கால் விரல்களும் அவ்வாறே பிணைக்கப்பட்டுள்ளன. அதன் கைகளும் கால்களும் நீளமாகவும் மிருதுவாகவும் இருப்பதால், கிளாபர்ட்டால் ஓர் ஒராங்குட்டான் குரங்குபோல லாவகமாக ஒரு மரத்தின் கிளையிலிருந்து இன்னொரு மரத்தின் கிளைக்கு சுலபமாகத் தாவ முடிகிறது. அதன் தலையில் இரண்டு சிறிய கொம்புகள் இருக்கின்றன. அதன் வாய் பெரிதாக இருப்பதால் அது தன் கூரிய பற்களைக் காட்டியபடி எப்போதும் பல்லிளித்துக் கொண்டு இருப்பதுபோலத் தோன்றும். அது பெரும்பாலும் சிறிய பல்லிகளையும் பறவைகளையும் இரையாக உட்கொள்கிறது.

கிளாபர்ட்டின் நெற்றியின் நடுவே ஒரு பெரிய சீழ்க் கொப்புளம் இருக்கும். அதுதான் அதன் தனித்துவமான அடையாளம். கிளாபர்ட் ஏதேனும் ஆபத்தை உணரும்போது அந்தக் கொப்புளம் ரத்தச் சிவப்பாக மாறி மின்னும். ஒரு காலத்தில் அமெரிக்க மந்திரவாதிகள் தங்கள் வீட்டுத் தோட்டங்களில் கிளாபர்ட்டுகளை வைத்திருந்தனர். மகுள்கள் அவ்விடத்தை நெருங்கினால் அவை முன்கூட்டியே எச்சரிக்கும் என்பதுதான் அதற்குக் காரணம். ஆனால் ‘இன்டர்நேஷனல் கான்ஃபெடரேஷன் ஆஃப் விஸார்ட்ஸ்’ அதற்கு அபராதத்தை

அறிமுகப்படுத்தியதால், அப்பழக்கம் ஒரு முடிவுக்கு வந்தது. இரவில் ஒரு மரத்தில் ஏகப்பட்டக் கிளார்பர்ட்டுகளின் முகக் கொப்புளங்கள் பிரகாசிக்கும்போது, ஜூன் மாதத்தில் எதற்காகக் கிறிஸ்துமஸ் மர அலங்காரம் என்று மகுள்கள் வியந்து அதைப் பற்றி விசாரித்துத் தெரிந்து கொள்ள அந்த வீடுகளை அணுக முற்பட்டதுதான் மந்திரவாதிகள் கூட்டமைப்பு அந்த முடிவுக்கு வரக் காரணமாக அமைந்தது.

கிரப்

மி.ஆ.மே. வகைப்பாடு: XXX

இது தென்கிழக்கு இங்கிலாந்தில்தான் முதலில் தோன்றியது. இது பார்ப்பதற்கு ஜாக் ரஸ்ஸல் எனும் சிறிய வேட்டை நாயைப்போல இருக்கும். அதன் வால் மட்டும் இரண்டாகப் பிளந்திருக்கும். இது மந்திரவாதிகளால் உருவாக்கப்பட்டது என்பதில் சந்தேகம் இல்லை. ஏனெனில், இது மந்திரவாதிகளிடம் நன்றியுடையதாகவும் மகுள்களிடம் மூர்க்கமாகவும் நடந்து கொள்கிறது. இது பழைய டயர்களிலிருந்து நோம்கள் வரை அனைத்தையும் தின்றுவிடும் என்பதால் இது ஒரு சிறந்த துப்புரவு ஜீவராசியாகவும் விளங்குகிறது. ‘டிபார்ட்மென்ட் ஃபார் த ரெகுலேஷன் அன்ட் கன்ட்ரோல் ஆஃப் மேஜிக்கல் கிரீச்சர்ஸ்’ நடத்தும் ஒரு சிறு சோதனையில் தேறிவிட்டால், இதை வளர்ப்பதற்கான உரிமத்தை எளிதாகப் பெற்றுவிடலாம். கிரப்பை வளர்ப்பதற்கான உரிமத்திற்காக விண்ணப்பிப்போர், மகுள்கள் வசிக்கும் பகுதியில் அதைத் தங்களால் கட்டுப்படுத்த முடியும் என்பதை நிரூபிப்பதற்கான சோதனை அது. கிரப்களை வளர்ப்போர், ஒரு கிரப் பிறந்து ஆறு வாரங்களிலிருந்து எட்டு வாரங்கள் இருக்கும்போது, ‘ஸெவரிங் சார்ம்’ மூலம் அதற்கு வலி ஏற்படாதபடி அதன் வாலை வெட்டிவிட வேண்டும் என்று சட்டம் சொல்கிறது. இல்லையெனில், அதை மகுள்கள் எளிதாக இனம் கண்டுகொள்வர் என்பதுதான் அதற்குக் காரணம்.

டெமிகைஸ்

மி.ஆ.மே. வகைப்பாடு: XXXX

இது தூரக் கிழக்கு நாடுகளில் காணப்படுகிறது. ஆனால் இதைப் பார்ப்பது மிகவும் சிரமம். ஏனெனில், தான் அச்சுறுத்தலுக்கு உள்ளாகும்போது பிறர் கண்களுக்குப் புலப்படாதபடி தன்னை மறைத்துக் கொள்வதில் அது கைதேர்ந்தது. அதைப் பிடிக்கும் திறமையுள்ள மந்திரவாதிகளால் மட்டுமே அதைப் பார்க்க முடியும்.

டெமிகைஸ் ஒரு தாவர உண்ணி. பார்ப்பதற்கு ஒரு பெரிய மனிதக்குரங்குபோல இருந்தாலும், அது மிகவும் சாந்தமானது. அதன் பெரிய, கரிய நிற, வருத்தம் தோய்ந்த கண்கள் பெரும்பாலும் அதன் முடியால் மறைக்கப்பட்டிருக்கும். அதன் உடல் முழுவதையும் நீண்ட, மென்மையான, வழுவழுப்பான, வெள்ளி நிற முடி மூடியிருக்கும். டெமிகைஸின் பதப்படுத்தப்படாத தோல்களுக்குக் கிராக்கி அதிகம். ஏனெனில், டெமிகைஸின் முடியிலிருந்து 'மறைய வைக்கும் அங்கி'யை நெய்ய முடியும்.

டிரிகால்

மி.ஆ.மே. வகைப்பாடு: XX

மொரீசியஸ் இதன் பூர்வீகம். இப்பறவை, பஞ்சு போன்ற இறக்கைகளுடன் கொழுக்கு மொழுக்கென்று இருக்கும். ஆனால் இதனால் பறக்க முடியாது. ஆபத்திலிருந்து தப்பிக்க இது கையாளும் முறை தனித்துவமானது. ஓரிடத்தில் புழுதியைக் கிளப்பித் தன் சிறகுகளை உதிர்த்துவிட்டு வேறோர் இடத்தில் தோன்றுகின்ற சக்தி அதற்கு உண்டு (இதே திறமை ஃபீனிக்ஸ் பறவைக்கும் உண்டு. இதைப் பற்றிப் பின்னால் விரிவாகக் கொடுக்கப்பட்டுள்ளது).

முன்பொரு சமயம் இப்பறவையைப் பற்றி மகுள்கள் நன்றாகவே அறிந்து வைத்திருந்தனர் என்பது ஒரு சுவாரசியமான செய்தி. ஆனால் அவர்கள் அதை 'டோடோ' என்று அழைத்தனர்.

அப்பறவையால் மாயமாய் மறைய முடியும் என்பதைப் பற்றி அவர்கள் அறிந்திருக்காததால், தாங்கள் அளவுக்கதிகமாக வேட்டையாடியதால்தான் அப்பறவையினம் அழிந்துவிட்டதாக அவர்கள் நம்பினர். சக விலங்கினங்களைக் கண்மூடித்தனமாக அழித்தொழிப்பதில் உள்ள ஆபத்துக் குறித்த விழிப்புணர்வை மகுள்களிடத்தில் இது அதிகப்படுத்தியதால், இப்பறவையினம் இன்னும் இருந்து வருகிறது என்ற தகவலை மகுள்களிடம் தெரிவிக்க வேண்டிய அவசியம் இல்லை என்று ‘இன்டர்நேஷனல் கான்ஃபெடரேஷன் ஆஃப் விஸார்ட்ஸ்’ முடிவு செய்தது.

டோக்ஸீ

(சில சமயங்களில் இது ‘பைட்டிங் ஃபேரி’ என்றும் அழைக்கப்படுகிறது)

மி.ஆ.மே. வகைப்பாடு: XXX

பலர் இதை ஃபேரியோடு சேர்த்துக் குழப்பிக் கொள்கின்றனர் (ஃபேரி பற்றிப் பின்னால் விரிவாகக் கொடுக்கப்பட்டுள்ளது). ஆனால் இது ஒரு தனி இனம். ஃபேரியைப்போல இதன் வடிவமும் லேசாக மனித வடிவத்தோடு ஒத்துப் போகும் என்றாலும், இதன் உடல் முழுவதும் கருமையான, அடர்த்தியான முடியால் மூடப்பட்டிருக்கும். கூடுதலாக ஒரு ஜோடிக் கால்களும் கைகளும் இதற்கு உண்டு. இதன் இறக்கைகள் குளவிகளின் இறக்கைகளைப்போலத் தடிமனாகவும் வளைந்தும் பளபளப்பாகவும் இருக்கும். டோக்ஸீக்கள் வடக்கு ஐரோப்பா மற்றும் அமெரிக்கா முழுவதிலும் காணப்படுகின்றன. குளிர் பிரதேசங்களை விரும்பும் ஒரு ஜீவராசியான இது, ஒரு நேரத்தில் சுமார் ஐநூறு முட்டைகள்வரை இட்டு அவற்றைப் புதைத்து வைத்துவிடும். அம்முட்டைகள் இரண்டு முதல் மூன்று வாரங்களில் குஞ்சு பொறித்துவிடும். டோக்ஸீக்களுக்கு இரண்டு கூரிய விஷப் பற்கள் உண்டு. ஒருவர்

இவற்றால் கடிக்கப்பட்டால், அவர் அதற்கான முறிமருந்தை உட்கொள்ள வேண்டும்.

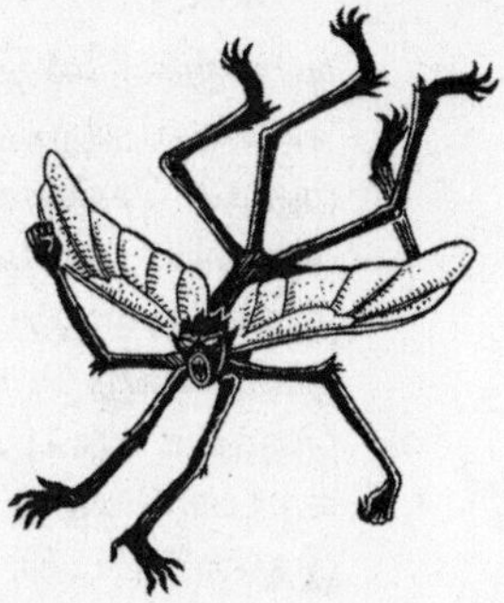

டிராகன்

***மி.ஆ.மே. வகைப்பாடு:* XXXXX**

மாயாஜால விலங்குகளிலேயே மிகவும் பிரபலமானது இதுதான். ஆனால் மறைத்து வைப்பதற்கு மிகக் கடினமானதும் இதுதான். பொதுவாக, பெண் டிராகன்கள் ஆண் டிராகன்களைவிட அதிக மூர்க்கமானவையாகவும் அளவில் பெரியவையாகவும் இருக்கும். ஆனால், நன்றாகப் பயிற்சி பெற்றுள்ள, திறமையான மந்திரவாதிகள் தவிர வேறு எவரும் எந்தவொரு டிராகனையும் அணுகக்கூடாது. டிராகனின் தோல், ரத்தம், இதயம், கல்லீரல், கொம்பு ஆகியவற்றுக்கு அசாத்தியமான மாயாஜால சக்தி உண்டு. ஆனால் 'டிபார்ட்மென்ட் ஃபார் த ரெகுலேஷன் அன்ட் கன்ட்ரோல் ஆஃப் மேஜிக்கல் கிரீச்சர்ஸ்' டிராகனின் முட்டைகளை 'கிளாஸ் ஏ நான்-டிரேடபிள் குட்ஸ்' பிரிவில் வைத்துள்ளது.

டிராகனில் பத்து இனங்கள் உள்ளன. சமயங்களில் அவை ஒன்றோடொன்று கலந்து அரிய உயர்ரகக் கலப்பினங்களை உருவாக்கியுள்ளன. நாம் அந்தப் பத்து இனங்களை ஒவ்வொன்றாகப் பார்க்கலாம்:

ஆன்டிபோடியன் ஓபல்ஐ

இந்த டிராகன் நியூசிலாந்தைப் பூர்வீகமாகக் கொண்டிருந்தாலும், பின்னர், தன் சொந்த பூமியில் இடம் பற்றாக்குறையாக இருந்ததால் ஆஸ்திரேலியாவுக்குக் குடிபெயர்ந்தது. டிராகன்கள் பொதுவாக மலைகளில்தான் வசிக்கும் என்றாலும், இந்த வகை டிராகன் பள்ளத்தாக்குகளில் வசிக்கிறது. இது ஒரு நடுத்தர அளவு டிராகன் (இதன் எடை இரண்டு மூன்று டன்கள் இருக்கும்).

டிராகன்களிலேயே மிகவும் அழகானது இது. பார்க்கும் கோணத்திற்குத் தக்கவாறு பல வண்ணங்களைப் பிரதிபலிக்கின்ற முதுகுச் செதில்களுக்குப் புகழ் பெற்றது இந்த டிராகன். இதன் கண்களில் கண்மணி கிடையாது. கோமேதகக் கல்லைப்போல இதன் கண்களும் பல நிறங்களை உள்ளடக்கி ஜொலிப்பதால் இதற்கு ஓபல்ஐ என்று பெயர். இது உமிழும் நெருப்பு ரத்தச் சிவப்பு நிறத்தில் இருக்கும். ஒரு டிராகன் என்று பார்த்தால் இது சாதுதான். பசியால் வாடினால் ஒழிய இது யாரையும் கொல்லாது. செம்மறியாடுதான் இதற்குப் பிடித்த உணவு என்றாலும், பெரிய விலங்குகளையும் இது இரையாகக் கொள்ளும். 1970களில் திடீரென்று கங்காருக்கள் அதிக எண்ணிக்கையில் கொல்லப்பட்டதற்கு, தான் வசித்து வந்த இடத்திலிருந்து ஒரு பெண் டிராகனால் துரத்தப்பட்ட ஓர் ஆண் ஓபல்ஐ டிராகன்தான் காரணம் என்று கூறப்படுகிறது. இந்த டிராகனின் முட்டைகள் வெளுத்தச் சாம்பல் நிறத்தில் இருக்கும் என்பதால் மகுள்கள் அவற்றைப் புதைபடிமப் பொருட்கள் என்று தவறாக நினைத்துவிடுகின்றனர்.

சைனீஸ் ஃபயர்பால்

(லயன்டிராகன் என்றும் இது அழைக்கப்படுகிறது)

பார்ப்பதற்கு வசீகரமாக இருக்கும் ஒரே ஒரு கீழை நாட்டு டிராகன் இது. இதன் முதுகுச் செதில்கள் வழுவழுப்பாகவும் ரத்தச் சிவப்பு நிறத்திலும் இருக்கும். பன்றியைப் போன்ற அதன் நீண்ட முகரையின் ஓரத்தில் பொன்னிறத்தில் கூர்முனைகள் இருக்கும். அதன் கண்கள் வெளியே புடைத்திருக்கும். அது கோபமாக இருக்கும்போது அதன் மூக்கிலிருந்து வெளிவரும் நெருப்பானது கோள வடிவில் இருப்பதால் அதற்கு இப்பெயர் வந்தது. அதன் எடை இரண்டிலிருந்து நான்கு டன்கள்வரை இருக்கும். பெண் டிராகன் ஆண் டிராகனைவிடப் பெரியதாக இருக்கும். அதன் முட்டைகள் சிவப்பு நிறத்தில் இருக்கும். அந்த முட்டைகள்மீது ஆங்காங்கே பொன்னிறத்தில் ஏதோ தூவப்பட்டதுபோலக் காட்சியளிக்கும். அந்த முட்டைகளின் ஓடுகளைச் சீன மந்திரவாதிகள் பொக்கிஷமாகக் கருதுகின்றனர். இந்த டிராகன் மூர்க்கமானது என்றாலும், பிற வகை டிராகன்கள்போல்

அல்லாமல், தன் இனத்தாருடன் சகிப்புத்தன்மையோடு நடந்து கொள்கிறது. இது தான் வசிக்கும் இடத்தை வேறு இரண்டு அல்லது மூன்று டிராகன்களோடு பகிர்ந்து கொள்ள சம்மதிக்கிறது. இது பன்றிகளையும் மனிதர்களையும் விரும்பிச் சாப்பிடும் என்றாலும், அனைத்துப் பாலூட்டிகளையும் இரையாகக் கொள்ளும்.

காமன் வெல்ஷ் கிரீன்

இந்த டிராகனின் பூர்வீகம் பிரிட்டனில் உள்ள வேல்ஸ் பகுதியாகும். பச்சைப் பசேலென்று இருக்கும் அப்பகுதியின் பின்னணியோடு இந்த டிராகன் கச்சிதமாகப் பொருந்திவிடுகிறது என்றாலும், இது உயரமான மலைப்பகுதிகளில்தான் வாழ்கிறது. அப்பகுதிகள் பாதுகாக்கப்பட்டப் பகுதிகளாக அறிவிக்கப்பட்டுள்ளன. இல்ஃப்ராகோம்ப் சம்பவத்தை மட்டும் (இது குறித்து விரிவாக முன்னுரையில் விளக்கப்பட்டுள்ளது) கணக்கில் எடுத்துக் கொள்வதைத் தவிர்த்துவிட்டால், அனைத்து டிராகன்களிலும் இந்த டிராகன்தான் பிரச்சனை குறைவானது. 'ஆன்டிபோடியன் ஓபல்ஐ' டிராகனைப்போலவே இதுவும் செம்மறியாடுகளை விரும்பி உண்ணும். அதைச் சீண்டினால் ஒழிய, அது பொதுவாக மனிதர்களைத் தவிர்த்துவிடுகிறது. இதன் கர்ஜனை இனிமையானதாகவும் எளிதாக அடையாளம் கண்டு கொள்ளத்தக்கதாகவும் இருக்கிறது. இந்த டிராகன் வெளிவிடும் நெருப்பு மெல்லிய நீரூற்றைப்போல வெளிவரும். இதன் முட்டைகள் பழுப்பு நிறத்தில் புள்ளிகளுடன் இருக்கும். அவற்றின்மீது ஆங்காங்கே பச்சை நிறத்தில் திட்டுத்திட்டாக இருக்கும்.

ஹெப்ரிடீயன் பிளாக்

பிரிட்டனைப் பூர்வீகமாகக் கொண்ட இன்னொரு டிராகன் இது. ஆனால் காமன் வெல்ஷ் கிரீன் டிராகனோடு ஒப்பிடுகையில் இது அதிக மூர்க்கமானது. இந்த வகை டிராகன்கள் வசிக்க ஒரு டிராகனுக்கு நூறு சதுர மைல்கள் என்ற கணக்கில் இடம் தேவைப்படும். இது முப்பதடி நீளம்வரை இருக்கும். இதன்

தோல் கரடுமுரடாக இருக்கும். இதன் முதுகுச் செதில்கள் அதிக உயரம் இல்லாமல் இருந்தாலும் மிகவும் கூர்மையாக இருக்கும். இதன் கண்கள் பிரகாசமான செவ்வூதா நிறத்தில் இருக்கும். இதன் வாலின் முனையில் ஓர் அம்பு வடிவில் கூர்மையான முகடு ஒன்று இருக்கும். இதற்கு வௌவால்களைப் போன்ற இறக்கைகள் உண்டு. இது பெரும்பாலும் மான்களை உண்ணும். ஆனாலும் இது பெரிய நாய்களையும் ஆடு மாடுகளையும் பிடித்துச் செல்வதும் உண்டு. பல நூற்றாண்டுகளாக ஹெப்ரிடீயப் பகுதிகளில் வசித்து வரும் மேக்ஃபஸ்டி என்ற மந்திரவாதக் குழுவினர், இந்த வகை டிராகன்களின் மேற்பார்வைக்குப் பொறுப்பேற்று வந்துள்ளனர்.

ஹங்கேரியன் ஹார்ன்டெயில்

இருப்பதிலேயே மிகவும் ஆபத்தான டிராகன் இதுதான். கருப்பு நிறத்தில் முதுகுச் செதில்களைக் கொண்ட இந்த டிராகன் பார்ப்பதற்குப் பல்லிபோல இருக்கும். அதன் கண்கள் மஞ் சள் நிறத்தில் இருக்கும். அதன் கொம்புகள் வெண்கல நிறத்தில் இருக்கும். அதன் நீண்ட வாலின் முனையில் துருத்திக் கொண்டிருக்கும் முட்செதிலும் வெண்கல நிறத்தில் இருக்கும். டிராகன்களிலேயே அதிக தூரம் நெருப்பை உமிழ்வது இந்த டிராகன்தான் (அது ஐம்பதடி தூரம்வரை செல்லும்). சாம்பல் நிறத்தில் இருக்கும் இதன் முட்டைகளின் ஓடுகள் கடினமாக இருக்கும். முட்டைகளுக்கு உள்ளிருக்கும் குஞ்சுகள் தங்கள் வால்களின் முனைகளைக் கொண்டு அவற்றின் ஓடுகளை உடைத்து வெளியே வரும். அவை பிறக்கும்போதே அவற்றின் வால்களின் முனைகள் முழுமையாக வளர்ச்சி அடைந்திருக்கும். ஹங்கேரியன் ஹார்ன்டெயில் பொதுவாகச் செம்மறியாடுகளையும் வெள்ளாடுகளையும் உண்ணும் என்றாலும், வாய்ப்புக் கிடைக்கும்போது மனிதர்களைச் சுவைக்கவும் தவறாது.

நார்வீஜியன் ரிட்ஜ்பேக்

இது பல விதங்களில் ஹங்கேரியன் ஹார்ன்டெயிலை ஒத்திருந்தாலும், இதன் வாலின் முனையில் முட்கள் எதுவும் இல்லை.

இதன் முதுகில் கருப்பு நிறத்தில் பெரிய செதில்கள் இருக்கும். தன் சொந்த இனத்தோடும் மூர்க்கத்தனமாக நடந்து கொள்கின்ற இந்த டிராகன் இனம் இப்போது அரிதாகி வருகிறது. இது பொதுவாக நிலத்தில் வாழும் பாலூட்டிகளை உணவாகக் கொள்ளும். மற்ற டிராகன்களைப்போல அல்லாது இது வினோதமாகக் கடல்வாழ் உயிரினங்களையும் உட்கொள்ளும். *1802*ல் ஒரு நார்வீஜியன் ரிட்ஜ்பேக் டிராகன், நார்வே கடற்கரையோரம் ஒரு திமிங்கலக் குட்டியைப் பிடித்து இழுத்துச் சென்றதாக அதிகாரபூர்வமற்றத் தகவல்கள் தெரிவிக்கின்றன. இந்த டிராகனின் முட்டைகள் கரிய நிறத்தில் இருக்கும். இந்த வகையைச் சேர்ந்த டிராகன் குட்டிகள், மற்ற டிராகன் இனங்களோடு ஒப்பிடுகையில், இளம் வயதிலேயே (ஒன்றிலிருந்து மூன்று மாதங்களுக்குள்) நெருப்பை உமிழக்கூடியவை.

பெரூவியன் வைப்பர்டூத்

இருப்பதிலேயே மிகச் சிறிய டிராகன் இதுதான். அதோடு, இது வேகமாகப் பறக்கக்கூடியதும்கூட. இது பதினைந்தடி நீளம் மட்டுமே இருக்கும். இதன் செப்பு நிறத் தோல் வழுவழுப்பாக இருக்கும். இதன் நடு முதுகில் கருப்பு நிறத்தில் ஒரு கோடு இருக்கும். இதன் கொம்புகள் சிறியவை. இதன் விஷப் பற்கள் கொடிய விஷம் கொண்டவை. ஆடு மாடுகளை இரையாகக் கொள்ளும் இந்த வகை டிராகன்களுக்கு மனிதர்களைச் சாப்பிடப் பிடிக்கும். இந்த இனம் ஆபத்தான வேகத்தில் பெருகி வந்ததால், பத்தொன்பதாம் நூற்றாண்டின் இறுதியில், இந்த வகை டிராகன்களின் எண்ணிக்கையைக் கட்டுப்படுத்தும் முயற்சியாக அவற்றை அழிக்க ‘இன்டர்நேஷனல் கான்ஃபெடரேஷன் ஆஃப் விஸார்ட்ஸ்’ ஒரு குழுவை அனுப்பி வைக்க வேண்டிய கட்டாயத்திற்கு ஆளானது.

ரொமேனியன் லாங்ஹார்ன்

இதன் முதுகுச் செதில்கள் கரும்பச்சை நிறத்தில் இருக்கும். இந்த டிராகன் தான் பிடிக்கும் விலங்குகளைத் தன்னுடைய பளபளப்பான பொன்னிறக் கொம்புகளைக் கொண்டு குத்திக்

கிழித்து, தான் வெளிவிடும் நெருப்பில் அதை வறுத்துச் சாப்பிடும். இதன் கொம்புகளைப் பொடியாக்கினால், அது போஷன்களுக்கான சிறந்த மூலப் பொருளாகப் பயன்படும். இதன் பூர்வீகப் பகுதி இன்று உலகின் மிக முக்கியமான டிராகன் சரணாலயமாக விளங்கி வருகிறது. உலகின் பல்வேறு நாடுகளைச் சேர்ந்த மந்திரவாதிகள் இங்கு வந்து, இங்கு வசித்து வருகின்ற பல வகையான டிராகன்களை அருகிலிருந்து பார்த்து ஆய்வு செய்கின்றனர். இந்த வகையான டிராகன்கள் அவற்றின் கொம்புகளுக்காகத் தீவிரமாக வேட்டையாடப்பட்டதால், சமீப காலத்தில் அவற்றின் எண்ணிக்கை வெகுவாகக் குறைந்துவிட்டது. அதனால் இவை இப்போது தீவிரமாக இனப்பெருக்கம் செய்யப்பட்டு வருகின்றன. அதோடு, இந்த டிராகனின் கொம்புகள் 'கிளாஸ் பி நான்-டிரேடபிள் குட்ஸ்' பிரிவில் வைக்கப்பட்டுள்ளன.

சுவீடிஷ் ஷார்ட்-ஸ்னௌட்

இந்த டிராகன் வெள்ளி கலந்த நீல நிறத்தில் வசீகரமாக இருக்கும். பாதுகாப்பிற்காகப் பயன்படுத்தப்படும் கையுறைகள் மற்றும் கவசங்களைத் தயாரிப்பதற்கு இதன் தோல் பயன்படுத்தப்படுவதால் இது தீவிரமாக வேட்டையாடப்படுகிறது. இதன் மூக்குத் துவாரங்களிலிருந்து வெளிவரும் நெருப்பு பிரகாசமான நீல நிறத்தில் இருக்கும். ஓரிரு வினாடிகளுக்குள் மரக்கட்டைகளையும் எலும்புகளையும் சாம்பலாக்கிவிடும் அளவு ஆற்றல்மிக்கது இது. மற்ற டிராகன்களோடு ஒப்பிடுகையில் வெகுசில மனிதர்களையே இது கொன்றுள்ளது. இது பொதுவாக ஆளரவமற்ற மலைப்பகுதிகளில் வாழ்ந்து வருவதால் அதில் ஒன்றும் ஆச்சரியமில்லை.

உக்ரைனியன் அயர்ன்பெல்லி

டிராகன்களிலேயே மிகப் பெரியது இது. இது ஆறு டன் எடைவரை இருக்கும். உருண்டு திரண்டிருக்கும் இந்த டிராகன் பெருவியன் வைப்பர்டூத் அல்லது ரொமேனியன் லாங்ஹார்னோடு ஒப்பிடுகையில் மெதுவாகத்தான் பறக்கும் என்றாலும், இது மிகவும்

ஆபத்தானது. இது நடந்தால் அதன் கால்களுக்கு அடியில் மிதிபடும் வசிப்பிடங்கள் முற்றிலும் நாசமாகிவிடும். இதன் முதுகுச் செதில்கள் சாம்பல் நிறத்தில் இருக்கும். இதன் கண்கள் ஆழமான சிவப்பு நிறத்தில் இருக்கும். இதன் நகங்கள் நீளமாகவும் கூர்மையாகவும் இருக்கும். *1799*ல் இந்த டிராகன் ஒன்று கருங்கடலிலிருந்து ஒரு பாய்மரக் கப்பலை இழுத்துச் சென்றதிலிருந்து (நல்லவேளையாக அக்கப்பல் காலியாக இருந்தது), உக்ரைனிய மந்திரவாதிகள் அதை உன்னிப்பாக கவனித்து வருகின்றனர்.

டக்பாக்

மி.ஆ.மே. வகைப்பாடு: XXX

சதுப்பு நிலப் பகுதிகளில் வசித்து வரும் இந்த ஜீவராசி, ஐரோப்பா, வட அமெரிக்கா, மற்றும் தென் அமெரிக்காவில் காணப்படுகிறது. இது அசையாமல் இருக்கும்போது ஒரு சாதாரண மரத்துண்டைப்போலக் காட்சியளிக்கும். ஆனால் அருகில் சென்று பார்த்தால், அதன் கூரிய பற்களும் பிணைக்கப்பட்டுள்ள அதன் பாதங்களும் நன்றாகத் தெரியும். இது சதுப்பு நிலப் பகுதிகளில் மிதந்தும் ஊர்ந்தும் சென்று சிறிய பாலூட்டிகளை இரை பிடிக்கும். தான் இருக்கும் பகுதியில் நடந்து செல்லும் மனிதர்களின் கணுக்கால்களை இது நன்றாகப் பதம் பார்த்துவிடும். ஆனால் இது மேன்ட்ரேக் செடிகளைத்தான் விரும்பி உண்ணும். மேன்ட்ரேக் செடிகளை வளர்ப்பவர்கள் அவற்றிலிருந்து இலைகளைப் பறிக்க முற்படும்போது, அச்செடிகளின் கீழ்ப்பகுதி முழுவதும் டக்பாக்குகளால் கடித்துக் குதறப்பட்டு இருப்பதை அடிக்கடிப் பார்க்க நேர்வதுண்டு.

எர்க்லிங்

மி.ஆ.மே. வகைப்பாடு: XXXX

ஜெர்மனியிலுள்ள கருப்புக் காட்டு மலைப்பகுதிதான் இதன் பூர்வீகம். இது எல்ஃப் இனத்தைச் சேர்ந்தது. இது நோமைவிடப் பெரியது (சராசரியாக மூன்றடி உயரம் இருக்கும்). இதன் முகம் கூம்பு வடிவத்தில் இருக்கும். உச்ச ஸ்தாயியில் இது கொக்கரிப்பது குழந்தைகளை வெகுவாகக் கவர்கிறது. இதைப் பயன்படுத்தி இது அக்குழந்தைகளைப் பெரியவர்களிடமிருந்து பிரித்துக் கூட்டி சென்று அவர்களைச் சாப்பிட்டுவிடும். ஜெர்மன் மினிஸ்ட்ரி ஆஃப் மேஜிக்கின் தீவிரக் கண்காணிப்பின் காரணமாக, இது கொல்லப்படுவது கடந்த ஒருசில நூற்றாண்டுகளாகப் பெருமளவில் தடுக்கப்பட்டு வந்துள்ளது. புரூனோ ஷுமிட் என்ற ஆறு வயது மந்திரவாதிச் சிறுவனை ஓர்

எர்க்லிங் தாக்கியபோது, அவனுடைய அப்பா, போஷன்கள் கலக்குவதற்காகத் தன் கையில் வைத்திருந்த பானையைக் கொண்டு அதன் தலையில் ஓங்கி அடித்து அவனை மீட்ட நிகழ்வுதான் ஓர் எர்க்லிங் ஒரு மந்திரவாதிச் சிறுவனைக் கடைசியாகத் தாக்கிய நிகழ்வாகும்.

எரும்பென்ட்

மி.ஆ.மே. வகைப்பாடு: XXXX

சாம்பல் நிறத்தில் இருக்கும் மிகப் பெரிய ஆப்பிரிக்கக் கொடுவிலங்கு இது. ஒரு டன் வரை எடையுள்ள இது தூரத்திலிருந்து பார்க்கும்போது ஒரு காண்டாமிருகத்தைப்போல இருக்கும். அதன் தோல் மிகவும் தடிமனாக இருப்பதால், பெரும்பாலான சார்ம்களையும் சாபங்களையும் அது திருப்பி அனுப்பிவிடும். இதற்கு ஒரு பெரிய ஒற்றைக் கொம்பும் கயிறு போன்ற ஒரு பெரிய வாலும் உண்டு. இது ஒரு நேரத்தில் ஒரே ஒரு குட்டியைத்தான் ஈன்றெடுக்கும்.

மோசமாகத் துன்புறுத்தப்பட்டால் ஒழிய இது எவரையும் தாக்காது. ஆனால் அது துரத்தத் தொடங்கினால், அதன் விளைவுகள் பயங்கரமானவையாக இருக்கும். அதன் கொம்பு, தோலிலிருந்து உலோகம்வரை எல்லாவற்றையும் கிழித்துவிடும் சக்தி கொண்டது. அதோடு, அக்கொம்புக்குள் இருக்கும் ஒரு பயங்கரமான திரவம் எதனுள் செலுத்தப்பட்டாலும் அது வெடித்துவிடும்.

கூடல் காலங்களில் இந்த வகையைச் சேர்ந்த ஆண் டிராகன்கள் ஒன்றையொன்று எரித்துவிடுவதால், அவற்றின் எண்ணிக்கை மிகவும் குறைவாக இருக்கிறது. ஆப்பிரிக்க மந்திரவாதிகள் அவற்றை எச்சரிக்கையுடனேயே கையாளுகின்றனர். எரும்பென்ட்களின் கொம்புகளும் வால்களும் வெடிக்கும் திரவமும் 'கிளாஸ் பி நான்-டிரேடபிள் குட்ஸ்' பிரிவில் (ஆபத்தான மற்றும் கடும் கட்டுப்பாடுகளுக்கு உட்பட்டப் பொருட்கள்) வைக்கப்பட்டுள்ளன என்றாலும், போஷன்களின் தயாரிப்பில் அவை பரவலாகப் பயன்படுத்தப்படுகின்றன.

ஃபேரி

மி.ஆ.மே. வகைப்பாடு: XX

அலங்காரம் செய்ய மந்திரவாதிகள் இதைப் பயன்படுத்துவர். இது ஒரு சிறிய ஜீவராசி. இதற்கு அறிவு[7] மிகவும் குறைவு. இது பொதுவாக வனப்பகுதிகளிலும் காடுகளுக்கு நடுவே இருக்கும் திறந்த வெளிகளிலும் வசிக்கிறது. இதன் உயரம் ஓர் அங்குலத்திலிருந்து ஐந்து அங்குலம்வரை இருக்கும். இதன் உடல், தலை, கைகள் மற்றும் கால்கள் மனித வடிவில் இருக்கும் என்றாலும், அதற்குப் பூச்சிகளைப்போலப் பெரிய இறக்கைகள் உள்ளன. அதன் வகையைப் பொருத்து அதன் இறக்கைகள் ஒளி புகக்கூடியவையாக இருக்கும் அல்லது பல்வேறு நிறங்களில் இருக்கும்.

ஃபேரியிடம் சிறிய அளவில் மந்திரசக்தி உண்டு. தன்னை இரையாக உட்கொள்ளும் ஆகுரி போன்ற விலங்குகளிடமிருந்து தன்னைப் பாதுகாத்துக் கொள்ள அது இந்த மந்திரசக்தியைப் பயன்படுத்திக் கொள்கிறது. பொதுவாக இது சண்டைக் குணம் மிக்கது. அதோடு, இது வீண் ஜம்பம் அடித்துக் கொள்ளக்கூடியதும்கூட. ஆனால் ஓரிடத்தை அலங்கரிக்க அது அழைக்கப்பட்டால் அப்போது அது மிகவும் சாந்தமாகிவிடும்.

---

7. மகுள்களுக்கு ஃபேரிகள் குறித்த பலவீனம் உண்டு. மகுள்கள் தங்கள் குழந்தைகளுக்காக எழுதியுள்ள எண்ணற்றக் கதைகளில் இவை இடம்பெற்றுள்ளன. ஆங்கிலத்தில் 'ஃபேரி டேல்ஸ்' என்று அழைக்கப்படும் இந்த மாயாஜாலக் கதைகளில் வரும் ஃபேரிகளுக்கு இறக்கைகள் இருக்கும், அவற்றுக்கென்று தனித்துவமான குணாதிசயங்களும் இருக்கும். அவை மகுள்களோடு அவர்களுடைய மொழியில் உரையாடவும் செய்யும் (அவை பெரும்பாலான சமயங்களில் உணர்ச்சிவசப்பட்டுப் பேசுவது கேலிக்கூத்தாக இருக்கும்). மகுள்களின் ஃபேரிகள், பூவிதழ்களால் ஆன வசிப்பிடங்களில் வாழ்வதுபோலச் சித்தரிக்கப்பட்டிருக்கும். பெரும்பாலான சமயங்களில் இவை தம்முடைய கைகளில் மந்திரக்கோல்களை வைத்திருப்பதுபோலக் காட்டப்பட்டிருக்கும். மாயாஜால விலங்குகளிலேயே மகுள்களின் பத்திரிகைகளில் அதிக இடத்தைப் பிடித்ததுள்ளவை ஃபேரிகள்தாம்.

ஃபேரி மனிதத் தோற்றத்தைக் கொண்டிருந்தாலும் அதனால் பேச முடியாது. ஃபேரிகள் ஒன்றோடொன்று பேசிக் கொள்வதற்கு உச்ச ஸ்தாயியில் ரீங்காரமிடும்.

ஃபயர் கிராப்

மி.ஆ.மே. வகைப்பாடு: XXX

இது பார்ப்பதற்கு நன்றாக அலங்கரிக்கப்பட்ட மேலோட்டை உடைய ஒரு பெரிய ஆமையைப்போல இருக்கும். ஃபிஜி தீவுகள் இதன் பூர்வீகம். அங்கு ஒரு நீண்ட கடற்கரை இதன் சரணாலயமாக மாற்றப்பட்டுள்ளது. விலைமதிக்கப்பட முடியாத அதன் ஓடுகளால் கவரப்படும் மகுள்களிடமிருந்து அதைக் காப்பாற்றுவது மட்டும் அச்சரணாலயத்தின் நோக்கம் அல்ல. அதன் ஓடுகளை வெகுவாக விரும்பப்படும் 'போஷன்கள் தயாரிப்பதற்கான பானை'களாக மாற்ற முயலும் கேடுகெட்ட மந்திரவாதிகளிடமிருந்து அந்த ஜீவராசியைக் காப்பாற்றுவதும் ஒரு காரணம். ஆனால் தன்னைக் காத்துக் கொள்ள இந்த நண்டு தன்னிடம் ஒரு பாதுகாப்பு அம்சத்தை வைத்திருக்கிறது. அது ஏதேனும் தாக்குதலுக்கு ஆளாகும்போது அது தன் பின்புறத்திலிருந்து நெருப்பை உமிழும். வளர்ப்புப் பிராணியாக வைத்துக் கொள்ள விரும்புபவர்களுக்காக இது ஏற்றுமதி செய்யப்படுகிறது. ஆனால் அதற்கு ஒரு சிறப்பு உரிமம் பெற்றிருக்க வேண்டும்.

ஃப்ளாபர்வர்ம்

மி.ஆ.மே. வகைப்பாடு: X

இது ஈரமான குழிகளுக்குள் வசிக்கின்றது. பழுப்பு நிறத்தில் தடிமனாக இருக்கும் இப்புழு, பத்தடி நீளம் வரை வளரக்கூடியது. இது அதிகமாக நகருவதில்லை. அதன் முன்பக்கமும் பின்பக்கமும் ஒன்றுபோல இருக்கும். இரண்டு பக்கங்களில்

இருந்தும் ஒருவிதமான கோழை வடியும். போஷன்களைக் கெட்டியாக்குவதற்கு அது பயன்படுத்தப்படுகிறது. இப்புழு எல்லாத் தாவரங்களையும் சாப்பிடும் என்றாலும் சீமை முட்டைக்கோஸ் இதற்கு மிகவும் பிடிக்கும்.

ஃபூபர்

மி.ஆ.மே. வகைப்பாடு: XXX

இந்த ஆப்பிரிக்கப் பறவையின் சிறகுகள் துடிப்பான நிறத்தில் இருக்கும். இப்பறவை ஆரஞ்சு, இளஞ்சிவப்பு, இளம்பச்சை, அல்லது மஞ்சள் நிறத்தில் இருக்கும். நவநாகரீகமான இறகுப் பேனாக்களில் வெகுகாலமாகவே இதன் இறகுகள் பயன்படுத்தப்பட்டு வருகின்றன. இதன் முட்டைகளில் கண்கவர் வண்ணங்களில் டிசைன்கள் போடப்பட்டதுபோல இருக்கும். இதன் பாட்டைக் கேட்டுக் கொண்டிருப்பவர்கள் பைத்தியம் பிடிக்கும் நிலைக்குத் தள்ளப்படுவர்[8]. 'ஸைலென்ஸிங் சார்ம்' ஏற்றப்பட்டு இப்பறவை விற்பனை செய்யப்படும். ஆனால் மாதத்திற்கு ஒரு முறை மீண்டும் அதன்மீது அந்தச் சார்ம் பிரயோகிக்கப்பட வேண்டும். இப்பறவையைப் பொறுப்புடன் கையாள வேண்டும் என்பதால் இதை வளர்ப்பதற்கு உரிமம் பெற வேண்டும்.

---

8. ஃபூபர் பறவைகளின் பாட்டு உண்மையில் ஆரோக்கியத்திற்கு நல்லது என்று யூரிக் த ஆட்பால் ஒருமுறை நிரூபிக்க முனைந்தான். அவன் இடைவிடாமல் தொடர்ந்து மூன்று மாதங்கள் அதன் பாடலைக் கேட்டுக் கொண்டிருந்தான். ஆனால் அவன் தன் கண்டுபிடிப்புகளை மந்திரவாதிகள் கவுன்சிலிடம் சமர்ப்பித்தபோது, துரதிர்ஷ்டவசமாக அவர்கள் அதை நம்பவில்லை. அவன் தன் உடலில் ஒட்டுத்துணிகூட இல்லாமல் தலைக்கு மட்டும் ஒரு தொப்பியை அணிந்து அக்கூட்டத்திற்குச் சென்றிருந்ததுதான் அதற்குக் காரணம். அருகே நெருங்கிப் பார்த்தபோது, அது தொப்பியல்ல, இறந்து போன பேட்ஜர் அது என்பது தெரிய வந்தது.

கூல்

மி.ஆ.மே. வகைப்பாடு: XX

பார்ப்பதற்கு அவலட்சணமாக இருந்தாலும், இது அவ்வளவு ஆபத்தானதொரு ஜீவராசி அல்ல. வழவழப்பான தோலுடனும், நீண்ட முன்னம்பற்களுடனும்கூடிய ஓர் அரக்கனை ஒத்துள்ள அது, பொதுவாக மந்திரவாதிகளுக்குச் சொந்தமான பரண்களிலோ அல்லது கொட்டடிகளிலோ வசிக்கிறது. அங்குள்ள சிலந்திப்பூச்சிகளையும் விட்டில்பூச்சிகளையும் அது உட்கொள்கிறது. அது பொதுவாக முனகிக் கொண்டே இருக்கும். எப்போதேனும் தன் கையில் கிடைக்கும் பொருட்களை எல்லா இடங்களிலும் வீசி எறியும். அதற்கு அறிவு மிகவும் குறைவு. யாரேனும் அதன் குறுக்காகக் கடந்து சென்றால், அது ஓர் ஆழமான குரலில் பெரிதாக உறுமும். 'டிபார்ட்மென்ட் ஃபார் த ரெகுலேஷன் அன்ட் கன்ட்ரோல் ஆஃப் மேஜிக்கல் கிரீச்சர்ஸின் கீழ் 'கூல் டாஸ்க் ஃபோர்ஸ்' ஒன்று இயங்கி வருகிறது. மகுள்களின் கைகளுக்கு மாறிவிட்ட வசிப்பிடங்களிலிருந்து கூல்களை வெளியேற்றுவதற்காக இப்பிரிவு செயல்பட்டு வருகிறது. ஆனால் மந்திரவாதிகளின் குடும்பங்களில் கூல் பற்றிய பேச்சு அதிகமாக இடம்பெறுகிறது. சில மந்திரவாதிகளின் வீடுகளில் அது ஒரு செல்லப் பிராணியாக வளர்க்கப்படுகிறது.

கிளம்பம்பிள்

மி.ஆ.மே. வகைப்பாடு: XXX

வட ஐரோப்பாவைச் சேர்ந்த கிளம்பம்பிள், சாம்பல் நிறம் கொண்ட, முடி படர்ந்த உடலைக் கொண்ட ஒரு பறக்கும் பூச்சியாகும். அது துக்கம் ஏற்படுத்தக்கூடிய ஓர் ஒலியை எழுப்புகிறது. அலிஹோஸ்டி மரத்தின் இலைகளைச் சாப்பிடுவதால் ஏற்படக்கூடிய நரம்புக் கோளாறுகளைச் சரி செய்யக்கூடிய ஒரு முறிமருந்தாக இப்பூச்சியின் சத்தம் பயன்படுத்தப்படுகிறது. இப்பூச்சியினம் கூட்டமாகச் சென்று தேனீக்கூடுகளை முற்றுகையிட்டு, அந்தத் தேனீக்கள்மீது

ஆபத்தான தாக்கங்களை ஏற்படுத்துகின்றன. மரங்களில் உள்ள ஓட்டைகள், குகைகள் போன்ற இருட்டான, ஒதுக்குப்புறமான இடங்களில்தான் இப்பூச்சிகள் கூடு கட்டும். நெட்டில் செடிகளை இவை உட்கொள்கின்றன.

நோம்

மி.ஆ.மே. வகைப்பாடு: XX

தோட்டங்களில் பரவலாகக் காணப்படுகின்ற, தொல்லை கொடுக்கின்ற ஒரு ஜீவராசி இது. வட ஐரோப்பா மற்றும் வட அமெரிக்கா நெடுகிலும் இது காணப்படுகிறது. இது ஓரடி உயரம்வரை வளரக்கூடும். இதன் பெரிய, கடினமான தலை இதன் உடலைவிட மிகப் பெரியது. இதன் கால்கள் மிகவும் ஒல்லியாக இருக்கும். நோமை ஒரு தோட்டத்திலிருந்து விரட்ட வேண்டும் என்றால், அதன் தலை கிறுகிறுக்கும்வரை அதை வேகமாகச் சுழற்றி, பிறகு அத்தோட்டத்தின் சுவருக்கு மேலாகத் தூக்கி எறிந்துவிட்டால் போதும். இதற்கு ஒரு மாற்றாக ஜார்வீயைப் பயன்படுத்தலாம். ஆனால், இப்போதைய மந்திரவாதிகளில் பலர், ஜார்வீக்களைக் கொண்டு நோம்களைக் கட்டுப்படுத்துவது மிகக் கொடூரமானது என்று கருதுகின்றனர்.

கிராப்ஹார்ன்

மி.ஆ.மே. வகைப்பாடு: XXXX

கிராப்ஹார்ன் ஐரோப்பிய மலைப்பகுதிகளில் காணப்படுகிறது. சாம்பல் நிறம் கலந்த செவ்வூதா நிறத்தைக் கொண்ட இவ்விலங்கு, பெரிய உடலையும், திமிலுடன்கூடிய முதுகையும், கூர்மையான மற்றும் நீளமான இரண்டு கொம்புகளையும் கொண்டது. நான்கு விரல்களைக் கொண்ட பெரிய பாதங்களால் அது நடக்கிறது. இது மிகவும் ஆக்ரோஷமான இயல்பு கொண்டது. ட்ரோல்கள் கிரப்ஹார்ன்கள்மீது வலம் வருவதை அவ்வப்போது காண முடியும். ஆனால் கிராப்ஹார்ன்கள் பொதுவாக யாரும் தங்களை அடக்கிப் பழக்கப்படுத்த முயற்சிப்பதை அவ்வளவு சுலபமாக ஏற்றுக் கொள்வதில்லை. தங்கள் உடல் முழுவதும் கிராப்ஹார்ன்கள்

ஏற்படுத்திய காயங்களுடன் சுற்றித் திரிகின்ற ட்ரோல்களை அடிக்கடிக் காணலாம். பொடியாக்கப்பட்ட கிராப்ஹார்ன் கொம்பு பல மாயாஜாலத் திரவங்களில் பயன்படுத்தப்படுகிறது. ஆனால் கிராப்ஹார்ன் கொம்புகளைச் சேகரிப்பது மிகவும் கடினமான வேலை என்பதால், அவற்றின் விலை மிகவும் அதிகம். கிராப்ஹார்னின் தோல் ஒரு டிராகனின் தோலைவிட அதிகக் கடினமானது. பெரும்பாலான ஸ்பெல்களை அது முறியடித்துவிடுகிறது.

க்ரிஃபின்

மி.ஆ.மே. வகைப்பாடு: XXXX

க்ரிஃபின் கிரீஸ் நாட்டில் தோன்றியது. அதன் முன்னங்கால்களும் தலையும் ஒரு பெரிய கழுகின் முன்னங்கால்களையும் தலையையும் ஒத்திருக்கும். ஆனால் அதன் உடலும் பின்னங்கால்களும் ஒரு சிங்கத்தின் உடலையும் பின்னங்கால்களையும் ஒத்துள்ளன. விலையுயர்ந்த பொக்கிஷங்களைப் பாதுகாப்பதற்காக ஸ்ஃபிங்ஸைப்போலவே க்ரிஃபின்களும் மந்திரவாதிகளால் பணியில் அமர்த்தப்படுகின்றன. க்ரிஃபின்கள் மிகவும் மூர்க்கமானவை என்றாலும், திறமையான மந்திரவாதிகள் ஒருசிலர் ஆளுக்கொரு க்ரிஃபினை நட்பாக்கிக் கொண்டுள்ளதாக அறியப்பட்டுள்ளது. மாமிசம்தான் க்ரிஃபினின் உணவு.

கிரின்டிலோ

மி.ஆ.மே. வகைப்பாடு: XX

நீரில் வாழ்கின்ற இந்தக் கொடுவிலங்கு வெளிர் பச்சை நிறத்தைக் கொண்டது. இதற்குக் கொம்புகள் உண்டு. இது பிரிட்டன் மற்றும் அயர்லாந்து நெடுகிலும் ஏரிகளில் காணப்படுகிறது. சிறிய மீன்கள்தான் இதன் உணவு. மந்திரவாதிகளிடமும் மகுள்களிடமும் ஒரே மாதிரி மூர்க்கமாக நடந்து கொள்கின்ற இதை, மெர்பீப்பிள் எப்படியோ அடக்கிப் பழக்கப்படுத்தியுள்ளதாகத் தெரிய வருகிறது. கிரின்டிலோ மிக நீண்ட விரல்களைக் கொண்டது. அவற்றின் பிடி இறுக்கமானதாக இருந்தாலும்கூட, அவ்விரல்கள் சுலபமாக உடைந்துவிடக்கூடியவையாக உள்ளன.

ஹைடுபிஹைறன்ட்

மி.ஆ.மே. வகைப்பாடு: XXXX

தற்செயலாக உருவாக்கப்பட்ட ஒரு ஜீவராசி இது. தடை செய்யப்பட்டப் புராதனப் பொருட்களையும் ஜீவராசிகளையும் திருட்டுத்தனமாக விற்பனை செய்கின்ற, ஐரோப்பாவைச் சேர்ந்த ஒரு கேடியான ஃபினியஸ் ஃப்ளெட்சர் என்பவனால் வட அமெரிக்காவிற்கு அது ஏற்றுமதி செய்யப்பட்டது. கடத்தப்பட்டிருந்த ஒரு டெமிகைஸை, மறைய வைக்கும் அங்கிகளைத் தயாரிக்கும் நோக்கத்தோடு அவன் இறக்குமதி செய்யத் திட்டமிட்டிருந்தான். கப்பலில் வைத்து அந்த டெமிகைஸ் தப்பிச் சென்று, கப்பலில் திருட்டுத்தனமாகப் பயணித்துக் கொண்டிருந்த கூல் ஒன்றுடன் புணர்ந்தது. அவை இரண்டுக்கும் பிறந்த குட்டி, ஃபினியஸின் கப்பல் கரையைத் தொட்டபோது, மசாசூசெட்ஸ் காடுகளுக்குள் தப்பிச் சென்றுவிட்டது. அவற்றின் வம்சம் இன்றும் அப்பகுதியில் கூட்டமாக வசித்து வருகின்றது. ஹைடுபிஹைறன்ட் ஓர் இரவு நேர ஜீவராசியாகும். பிறர் கண்களில் படாமல் மறைந்து கொள்ளக்கூடிய சக்தி அதற்கு இருக்கிறது. அது வெள்ளி நிற முடியால் போர்த்தப்பட்ட உயரமான ஒரு விலங்கு என்றும், அதன் தோற்றம் மெலிந்து போயுள்ள ஒரு கரடியைப்போல இருக்கும் என்றும் அதைப் பார்த்துள்ளவர்கள் விவரிக்கின்றனர். மனிதர்கள்தான் அதற்கு மிகவும் பிடித்த உணவு. ஃபினியஸ் ஃப்ளெட்சர் அந்தப் பாவப்பட்ட ஜீவராசிகளைக் கொடூரமாக நடத்திய விதம்தான் இவ்விலங்கு மனிதர்களை விரும்பி இரையாடுவதற்குக் காரணமாக இருக்கலாம் என்று மேஜிஸூவாலஜிஸ்ட்டுகள் அனுமானிக்கின்றனர்.

ஹிப்போகேம்பஸ்

மி.ஆ.மே. வகைப்பாடு: XXX

கிரீஸ் நாட்டில் தோன்றிய ஹிப்போகேம்பஸ் ஒரு குதிரையின் தலையையும் முன்னங்கால் பகுதியையும் கொண்டது. அதன்

வாலும் பின்னங்கால் பகுதியும் ஒரு மிகப் பெரிய மீனின் வாலையும் பின்பக்கத்தையும் ஒத்துள்ளன. இந்த ஜீவராசி மத்தியத் தரைக்கடலில் பொதுவாகக் காணப்படுகிறது என்றாலும், நீல நிறம் கலந்த சாம்பல் நிறத்தைக் கொண்ட அழகான ஹிப்போகேம்பஸ் ஒன்று **1949**ல் ஸ்காட்லாந்து கடற்கரையோரமாக மெர்பீப்பிளால் பிடிக்கப்பட்டது. ஹிப்போகேம்பஸின் முட்டை பெரிதாகவும் ஓரளவு ஒளி புகக்கூடியதாகவும் இருக்கும். அதன் ஊடாக அதன் குட்டியைப் பார்க்க முடியும்.

ஹிப்போகிரிஃப்

மி.ஆ.மே. வகைப்பாடு: XXX

ஐரோப்பா இதன் பூர்வீகம். ஆனால் இப்போது உலகம் நெடுகிலும் இது காணப்படுகிறது. ஒரு பெரிய கழுகின் தலையையும் ஒரு குதிரையின் உடலையும் கொண்டது அது. அதை எளிதாகப் பழக்கப்படுத்த முடியும். ஆனால் நிபுணர்கள் மட்டுமே இந்த வேலையைச் செய்ய வேண்டும். ஒரு ஹிப்போகிரிஃபை அணுகும்போது அதைக் கண்ணோடு கண் பார்க்க வேண்டும். பணிவாகக் குனிவது நல்ல நோக்கத்தை வெளிப்படுத்தும். பதிலுக்கு அந்த ஹிப்போகிரிஃபும் குனிந்தால், அதன் அருகில் செல்வது பாதுகாப்பானது என்று எடுத்துக் கொள்ளலாம்.

குழிகளைத் தோண்டி அவற்றுக்கு உள்ளே இருக்கின்ற பூச்சிகளை அது சாப்பிடும் என்றாலும், பறவைகளையும் சிறிய பாலூட்டிகளையும்கூட அது உட்கொள்ளும். இனப்பெருக்கம் செய்யவிருக்கும் ஹிப்போகிரிஃப்கள் நிலத்தின்மீது கூடுகள் கட்டி, அவற்றில் ஒரே ஒரு பெரிய, மெல்லிய முட்டையை இடும். முட்டைக்குள் இருந்து இருபத்து நான்கு மணிநேரத்திற்குள் குஞ்சு வெளிவந்துவிடும். ஒரு வாரத்திற்குள் அது பறக்கத் தயாராகிவிடும். ஆனால் தன் பெற்றோருடன் நீண்ட பயணங்களை மேற்கொள்வதற்கான திறனைப் பெறுவதற்கு அதற்கு ஒருசில மாதங்கள் ஆகும்.

ஹோடேக்

மி.ஆ.மே. வகைப்பாடு: XXX

கொம்புகளும், ஒளிரும் செந்நிறக் கண்களும், நீண்ட கோரைப்பற்களும் கொண்ட ஹோடேக் ஒரு பெரிய நாயின் அளவில் இருக்கும். அதன் கொம்புகளில்தான் அதன் மாயாஜாலம் அடங்கியுள்ளது. அக்கொம்புகள் பொடியாக்கப்பட்டு உட்கொள்ளப்படும்போது, மதுவினால் ஏற்படக்கூடிய விளைவுகள் ஒரு மனிதனைத் தொந்தரவு செய்யாது, தொடர்ச்சியாக ஏழு பகல்களும் ஏழு இரவுகளும் அவனால் தூங்காமல் இருக்க முடியும். ஸ்னேலிகேஸ்டரைப்போலவே, ஹோடேகும் வட அமெரிக்காவைச் சேர்ந்த ஒரு விலங்காகும். அதன் சேட்டைகள் மகுள்களை ஓரளவுக்குக் கவர்ந்துள்ளன. அது பெரும்பாலும் மூன்காஃப்களை மட்டுமே உண்ணும். அதன் விளைவாக, இரவு நேரங்களில் மகுள்களின் தோட்டங்களுக்குச் செல்வதை அதனால் தவிர்க்க முடிவதில்லை. தாங்கள் ஹோடேகுகளைப் பார்த்ததாகச் சில மகுள்கள் கூறுவது வெறும் புரளி என்று மகுள்களை வெற்றிகரமாக ஒப்புக் கொள்ள வைப்பதற்கு மேஜிக்கல் காங்கிரஸ் ஆஃப் த யுனைட்டட் ஸ்டேட்ஸ் ஆஃப் அமெரிக்காவின் 'நோ-மேஜ் மிஸ்ஸின்ஃபர்மேஷன் டிபார்ட்மென்ட்' கணிசமாக முயற்சி செய்து வந்துள்ளது. இப்போது ஹோடேகுகள் பெரும்பாலும் விஸ்கான்ஸினைச் சுற்றி இருக்கின்ற பாதுகாக்கப்பட்ட ஒரு பகுதியில் பாதுகாப்பாக உலாவித் திரிய வகை செய்யப்பட்டுள்ளது.

ஹார்க்லம்ப்

மி.ஆ.மே. வகைப்பாடு: X

ஸ்கேன்டினேவியாவைப் பூர்வீகமாகக் கொண்ட ஹார்க்லம்ப் இப்போது வட ஐரோப்பா நெடுகிலும் பரவியுள்ளது. பார்ப்பதற்கு இது சதைப்பற்றுள்ள, இளஞ்சிவப்பு நிறக் காளான்போல இருக்கிறது. முறுகலான சிறுசிறு கம்பிகளைப் போன்ற கருநிற முடி இதன் உடலை மூடியுள்ளது. மிகப் பெரிய அளவில் இனப்பெருக்கம் செய்யும் திறன் கொண்ட இந்த ஜீவராசி, ஒருசில நாட்களில் ஒரு சராசரித் தோட்டம் முழுவதையும் நிரப்பிவிடும்.

மண்புழுக்கள்தான் இதற்குப் பிடித்த உணவு. மண்புழுக்களைத் தேடுவதற்கு இது தன்னுடைய வேர்களுக்கு பதிலாகத் தன்னுடைய வலிமையான உணர்கொம்புகளை நிலத்திற்கு அடியில் பரப்புகிறது. ஹார்க்லம்ப்தான் நோம்கள் விரும்பிச் சாப்பிடும் உணவு. மற்றபடி இதனால் குறிப்பிடத்தக்க எந்தப் பயனும் இல்லை.

ஹார்ன்டு செர்ப்பென்ட்

மி.ஆ.மே. வகைப்பாடு: XXXXX

ஹார்ன்டு செர்ப்பென்ட்டின் பல இனங்கள் உலகம் நெடுகிலும் உள்ளன. தூரக் கிழக்கு நாடுகளில் அளவில் மிகப் பெரிய ஹார்ன்டு செர்ப்பென்ட்டுகள் பிடிபட்டுள்ளன. ஆனால் மேற்கு ஐரோப்பாதான் அதன் பூர்வீகம் என்று பண்டைய விலங்கியல் விளக்க ஏடுகளில் குறிப்பிடப்பட்டுள்ளது. மாயாஜாலத் திரவங்களுக்கான தேடலில் ஈடுபட்டிருந்த மந்திரவாதிகளால் அங்கு அது பெருமளவு வேட்டையாடப்பட்டு இறுதியில் ஒட்டுமொத்தமாக அழிக்கப்பட்டுவிட்டது. ஹார்ன்டு செர்ப்பென்ட்டுகளிலேயே மிகப் பெரியதும் மிகப்

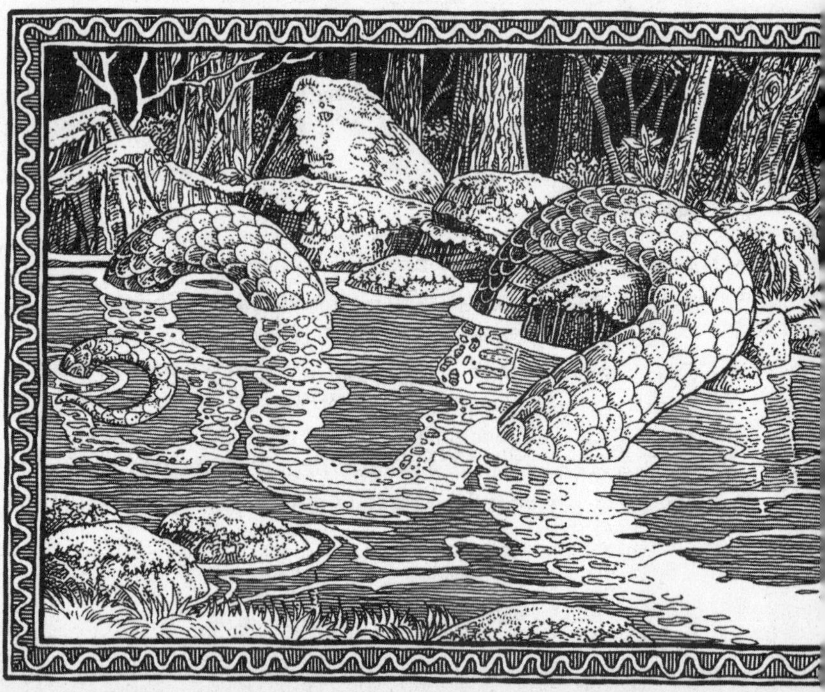

பரந்துபட்டதுமான செர்ப்பென்ட் கூட்டம் வட அமெரிக்காவில் இன்னும் காணப்படுகிறது. அவற்றில் மிகப் பிரபலமான, பெரும் பொக்கிஷமாகக் கருதப்படுகின்ற செர்ப்பென்ட்டின் நெற்றியில் ஆபரணக் கல் ஒன்று உள்ளது. பிறர் பார்வையிலிருந்து மறைந்து கொள்வதற்கான சக்தியையும் பறப்பதற்கான சக்தியையும் அது அந்த செர்ப்பென்ட்டிற்குக் கொடுக்கிறது. இல்வர்மார்னி ஸ்கூல் ஆஃப் விச்கிராஃப்ட் அன்ட் விஸட்ரியின் நிறுவனரான இசோல்ட் சயர் என்ற பெண்ணையும் ஒரு ஹார்ன்டு செர்ப்பென்ட்டையும் உள்ளடக்கிய ஒரு பழம்பெரும் கதை கூறப்பட்டு வருகிறது. செர்ப்பென்ட்டைப் புரிந்து கொள்வதற்கான சக்தி படைத்தவளாக சயர் இருந்ததாகவும், அந்த செர்ப்பென்ட் தன்னுடைய கொம்பிலிருந்து சிறிதளவை எடுத்துக் கொள்ள அவளை அனுமதித்ததாகவும் அக்கதை கூறுகிறது. அந்த செர்ப்பென்ட்டின் கொம்பிலிருந்து தயாரிக்கப்பட்டதுதான் முதன்முதலாகச் செய்யப்பட்ட அமெரிக்க மந்திரக்கோல் என்றும் அதில் கூறப்பட்டுள்ளது. இல்வர்மார்னி ஸ்கூல் ஆஃப் விச்கிராஃப்ட் அன்ட் விஸட்ரியின் மாணவர் அணி ஒன்றுக்கு ஹார்ன்டு செர்ப்பென்ட்டின் பெயர் சூட்டப்பட்டுள்ளது.

இம்ப்

மி.ஆ.மே. வகைப்பாடு: XX

இது பிரிட்டனிலும் அயர்லாந்திலும் மட்டுமே காணப்படுகிறது. சில சமயங்களில் இது பிக்ஸி என்று தவறாகக் கருதப்படுகிறது. இவை இரண்டும் ஒரே உயரத்தைக் கொண்டுள்ளன (ஆறிலிருந்து எட்டு அங்குலங்கள்). பிக்ஸியால் பறக்க முடிவதைப்போல இம்ப்பால் பறக்க முடியாது. அதேபோல, பிக்ஸியின் அபாரமான வண்ணங்கள் இதற்குக் கிடையாது (இம்ப் வழக்கமாகக் கரும்பழுப்பு நிறத்திலோ அல்லது கருப்பு நிறத்திலோ இருக்கும்). ஆனால் இம்ப் ஒரு வகையான நகைச்சுவை உணர்வைக் கொண்டது. ஈரமான சதுப்பு நிலப் பகுதிதான் இதற்கு மிகவும் பிடித்தமான இடம். பெரும்பாலும் ஆற்றங்கரைகளில்

இதை அடிக்கடிக் காணலாம். அந்த வழியே வருகின்றவற்றை எதிர்பாராத நேரத்தில் கீழே தள்ளிவிடுவதிலும் அவற்றின் கால்களைத் தடுக்கிவிடுவதிலும் இது பேரின்பம் கொள்கிறது. இது சிறிய பூச்சிகளை உணவாக உட்கொள்கிறது. இம்ப்புகள் ஃபேரிகளைப்போலவே இனப்பெருக்கம் செய்தாலும், இவை புழுக்கூடு எதையும் கட்டுவதில்லை. இவற்றின் குஞ்சுகள் முழுமையாக வளர்ச்சியடைந்து வெளிவரும்போது அவை ஓரங்குல நீளம் கொண்டவையாக இருக்கின்றன.

ஜார்வீ

மி.ஆ.மே. வகைப்பாடு: XXX

ஜார்வீ பிரிட்டன், அயர்லாந்து, மற்றும் வட அமெரிக்காவில் காணப்படுகிறது. பெரும்பாலான அம்சங்களில் இதன் தோற்றம் மிதமிஞ்சி வளர்ந்துள்ள மரநாயின் தோற்றத்தை ஒத்திருக்கும். இதில் ஒரே வித்தியாசம் என்னவென்றால், ஜார்வீயால் பேச முடியும். ஆனால் உண்மையான உரையாடல்களில் ஈடுபடும் அளவுக்கு அதற்கு அறிவு கிடையாது. சுருக்கமான (பல சமயங்களில் மரியாதைக் குறைவான) சொற்றொடர்களோடு அது நிறுத்திக் கொள்ளும். ஆனால் அது தொடர்ந்து வளவளவென்று பேசிக் கொண்டே இருக்கும். ஜார்வீக்கள் பெரும்பாலும் நிலத்திற்குக்

கீழேதான் வாழ்கின்றன. அங்கு அவை நோம்கள், மோல்கள், எலிகள், வோல்கள் ஆகியவற்றை உட்கொள்கின்றன.

ஜாபர்னால்

மி.ஆ.மே. வகைப்பாடு: XX

வட ஐரோப்பாவிலும் அமெரிக்காவிலும் காணப்படுகின்ற ஜாபர்னால், நீல நிறத்தையும் உடல்மீது புள்ளிகளையும் கொண்ட ஒரு சிறிய பறவையாகும். அது சிறு பூச்சிகளை உட்கொள்கிறது. அது தன் மரணம்வரை எந்தச் சத்தத்தையும் ஏற்படுத்துவதில்லை. தான் இறக்கும்போது மட்டுமே அது ஒரு நீண்ட அலறலை வெளிப்படுத்துகிறது. அது தன் வாழ்நாளில் கேட்டுள்ள அனைத்துச் சத்தங்களும் அந்த அலறலில் வெளிப்படும். ஜாபர்னால் இறகுகள் 'ட்ரூத் சீரங்கள்,' 'மெமரி போஷன்கள்' ஆகியவற்றில் பயன்படுத்தப்படுகின்றன.

கப்பா

மி.ஆ.மே. வகைப்பாடு: XXXX

இது ஜப்பான் நாட்டு நீர்நிலைகளில் வாழ்கின்ற ஒரு கொடுவிலங்கு. ஆழம் குறைவான குளங்களிலும் ஆறுகளிலும் இது வசிக்கிறது. இதன் தோற்றம், ரோமத்திற்கு பதிலாக மீனின் செதில்களைக் கொண்ட ஒரு குரங்கைப்போல அமைந்திருப்பதாகக் கூறப்படுகிறது. இதன் உச்சந்தலையில் ஒரு சிறு குழி இருக்கிறது. அதில் இது தண்ணீரைச் சுமந்து செல்கிறது.

இது மனித ரத்தத்தை உட்கொள்கிறது. ஆனால் ஒரு வெள்ளரிக்காயில் ஒருவருடைய பெயரைச் செதுக்கி அதனிடம் எறிந்தால், அந்நபருக்குத் தீங்கு விளைவிக்காமல் இருக்கும்படி அதை ஒப்புக் கொள்ள வைக்க முடியும். ஒரு மந்திரவாதி ஒரு கப்பாவை எதிர்கொள்ள நேர்ந்தால், அவன் அதை ஏமாற்றிக் குனிய வைக்க வேண்டும். அவன் அவ்வாறு செய்தால், அதன் உச்சந்தலையில் உள்ள குழியில் உள்ள தண்ணீர் முழுவதும் கீழே கொட்டிவிட்டும். இதனால் அது தன் வலிமை முழுவதையும் இழந்துவிடும்.

கெல்பி

மி.ஆ.மே. வகைப்பாடு: XXXX

பிரிட்டன் மற்றும் அயர்லாந்தின் நீரிலைகளில் உள்ள இந்த ஜீவராசியால் பல்வேறு வடிவங்களை எடுக்க முடியும். பெரும்பாலான சமயங்களில், பிடரி மயிருக்கு பதிலாக நாணல்களைக் கொண்ட ஒரு குதிரையின் தோற்றத்தை இது கொண்டிருக்கும். இது யாரையேனும் எதிர்கொண்டால், அவரை வசியம் செய்து தன் முதுகின்மீது ஏற்றிக் கொண்டு, நேராக அந்த ஆற்றின் அல்லது ஏரியின் அடிமட்டத்திற்குச் சென்று, அங்கு அவரைக் கபளீகரம் செய்துவிடும். எஞ்சியிருக்கும் உள்ளுறுப்புகள் மேலே வந்து நீரின் மேற்பரப்பில் மிதந்து கொண்டிருக்கும். ஒரு கெல்பியைத் திறமையாகச் சமாளித்து அதனிடமிருந்து தப்புவதற்கான சரியான வழி, 'பிளேஸ்மென்ட்

சார்ம்' ஒன்றைப் பயன்படுத்தி ஒரு சேணத்தை அதன் தலையில் மாட்டுவதுதான். அது அதை சாந்தப்படுத்திவிடும். அதன் பிறகு அந்த கெல்பியால் எந்த அச்சுறுத்தலும் இருக்காது.

உலகின் மிகப் பெரிய கெல்பி ஸ்காட்லாந்திலுள்ள லாக் நெஸ் பகுதியில் கண்டுபிடிக்கப்பட்டுள்ளது. ஒரு 'ஸீ செர்ப்பென்ட்'டின் வடிவம்தான் அதற்கு மிகவும் பிடித்தமானது (ஸீ செர்ப்பென்ட் பற்றிப் பின்னர் விவரிக்கப்பட்டுள்ளது). அப்படிப்பட்ட ஒரு செர்ப்பென்ட்டை மகுள் ஆய்வாளர்கள் அணுகியபோது அது ஒரு நீர்நாயாக மாறியதையும், பிறகு அவர்கள் அங்கிருந்து போனவுடன் அது மீண்டும் ஒரு செர்ப்பென்ட்டாக மாறியதையும் கண்ட 'இன்டர்நேஷனல் கான்ஃபெடரேஷன் ஆஃப் விஸார்ட்ஸ்' அமைப்பைச் சேர்ந்த உறுப்பினர்கள், தாங்கள் எதிர்கொண்டிருந்தது ஓர் உண்மையான செர்ப்பென்ட் அல்ல என்பதை உணர்ந்தனர்.

நார்ல்

மி.ஆ.மே. வகைப்பாடு: XXX

வட ஐரோப்பா மற்றும் அமெரிக்காவைச் சேர்ந்த நார்லை மகுள்கள் வழக்கமாக முள்ளம்பன்றி என்று தவறாக நினைத்துவிடுகின்றனர். இவ்விரண்டு வகைகளும் பொதுவாக வேறுபடுத்திப் பார்க்கப்பட முடியாதவையாக இருந்தாலும், அவற்றுக்கு இடையே ஒரே ஒரு முக்கியமான நடத்தை வேறுபாடு உள்ளது: தோட்டத்தில் ஒரு முள்ளம்பன்றிக்காக உணவு வைக்கப்பட்டிருந்தால், அது மகிழ்ச்சியாக அதை ஏற்றுக் கொண்டு உண்டு களிக்கும்; ஆனால் ஒரு நார்லுக்கு உணவு வழங்கப்பட்டால், அந்த வீட்டு உரிமையாளர் தன்னைச் சிறைபிடிக்கவே அவ்வாறு செய்வதாக நினைத்துக் கொண்டு, அது அத்தோட்டத்தின் செடிகளையும் அலங்காரப் பொருட்களையும் நாசம்

செய்துவிடும். ஒரு நார்ல் செய்கின்ற அட்டகாசத்திற்கு மகுள் குழந்தைகள்மீது பழி விழுந்துவிடுவது அடிக்கடி நிகழ்கின்ற ஒன்று.

நீஸில்

மி.ஆ.மே. வகைப்பாடு: XXX

நீஸில் முதலில் பிரிட்டனில்தான் இனப்பெருக்கம் செய்யப்பட்டது. இப்போது அது உலகம் நெடுகிலும் ஏற்றுமதி செய்யப்படுகிறது. ஒரு சிறிய பூனை போன்ற வடிவத்தைக் கொண்டது இது. அதன் ரோமம் புள்ளிகளைக் கொண்டதாகவோ அல்லது திட்டுத்திட்டான அடையாளங்களைக் கொண்டதாகவோ இருக்கும். அதன் காதுகள் அளவுக்கு மீறிப் பெரிதாக உள்ளன. அதன் வால் ஒரு சிங்கத்தின் வாலை ஒத்துள்ளது. நீஸில் புத்திசாலித்தனமானது, சுதந்திரமானது, சில சமயங்களில் ஆக்ரோஷமானதும்கூட. ஆனால் ஒரு மந்திரவாதினியை அல்லது மந்திரவாதியை அதற்குப் பிடித்துவிட்டால், அது அவர்களுக்கு ஓர் அற்புதமான செல்லப் பிராணியாக ஆகிவிடும். விரும்பத்தகாத அல்லது சந்தேகத்திற்கு இடமான நபர்களை மோப்பம் பிடித்துவிடக்கூடிய ஓர் அசாத்தியத் திறன் இதற்கு உண்டு. இதன் உரிமையாளர் தன் வீட்டிற்குச் செல்லும் வழியைத் தவறவிட்டுவிட்டால் இது அவரை பத்திரமாக அவருடைய வீட்டில் கொண்டு சேர்த்துவிடும் அளவுக்கு மிகவும் நம்பகமானது. நீஸில்கள் ஒரு சமயத்தில் எட்டுக் குட்டிகள்வரை ஈன்றெடுக்கும். நீஸில்கள் பூனைகளோடு இனக்கலப்பில் ஈடுபடும். நீஸில்களை வளர்ப்பதற்கும் உரிமம் பெற்றாக வேண்டும். ஏனெனில், (கிரப்கள் மற்றும் ஃபூபர்களைப்போல) இவையும் வழக்கத்திற்கு மாறான வினோதமான தோற்றத்தைக் கொண்டிருப்பதால், இவை மகுள்களின் ஆர்வத்தைக் கவர்கின்றவையாக இருக்கின்றன.

லெப்ரகான்

(இது சில சமயங்களில் கிளாரிகார்ன் என்றும் அழைக்கப்படுகிறது)

***மி.ஆ.மே. வகைப்பாடு:* XXX**

ஃபேரியைவிட அதிக புத்திசாலித்தனத்தைக் கொண்ட லெப்ரகான், இம்ப், பிக்ஸி, டோக்ஸீ ஆகியவற்றைவிடக் குறைவாகத் தீங்கு விளைவிப்பதாக இருக்கிறது என்றாலும், இது குறும்புத்தனம் மிக்கது. அயர்லாந்தில் மட்டுமே காணப்படுகின்ற லெப்ரகான், ஆறு அங்குல உயரம்வரை வளரக்கூடியது. இது பச்சை நிறத்தில் இருக்கும். இலைகளைக் கொண்டு ஆடைகள் தயாரிப்பதற்குப் பெயர் பெற்றது இது. சிறிய மாயாஜால ஜீவராசிகளில் லெப்ரகான்களால் மட்டும் பேச முடியும். ஆனாலும், 'பீயிங்' வகையில் தம்மைச் சேர்த்துக் கொள்ளும்படி அவை ஒருபோதும் கோரிக்கை விடுத்ததில்லை. லெப்ரகான்கள் குட்டிகளை ஈன்றெடுக்கின்றன. அவை பெரும்பாலும் காடுகளிலும் மரங்கள் நிறைந்த பகுதிகளிலும் வாழ்கின்றன. ஆனால் மகுள்களின் கவனத்தைக் கவர்வது இவற்றுக்கு மிகவும் பிடிக்கும். அதன் விளைவாக, மகுள்களின் இலக்கியப் படைப்புகளில் ஃபேரிகள் எவ்வளவு அதிக அளவு இடம்பெற்றுள்ளனவோ, அதே அளவு இவையும் இடம்பெற்றுள்ளன. லெப்ரகான்கள் உண்மையான தங்கம் போன்ற ஒரு விதமான பொருளை உருவாக்குகின்றன, ஆனால் ஒருசில மணிநேரத்தில் அப்பொருள் மறைந்துவிடுகிறது. இது அவற்றுக்குப் பெரும் களிப்பூட்டுகிற ஒரு நிகழ்வாகும். லெப்ரகான்கள் இலைகளை உட்கொள்கின்றன. அவை குறும்புச் சேட்டைகளுக்குப் பிரசித்தி பெற்றவை என்றாலும், அவை எந்தவொரு மனிதனுக்கும் நிரந்தரமான பாதிப்பை ஏற்படுத்தியதாகத் தெரியவில்லை.

லெதிஃபோல்டு

(இது லிவிங் ஷ்ரவுட் என்றும் அழைக்கப்படுகிறது)

மி.ஆ.மே. வகைப்பாடு: XXXXX

நல்ல வேளையாக இது ஓர் அரிய ஜீவராசியாக உள்ளது. வெப்ப மண்டலப் பகுதிகளில் மட்டுமே இது காணப்படுகிறது. இது அரை அங்குலத் தடிமன் கொண்ட ஒரு கருநிற அங்கியைப்போலக் காட்சியளிக்கிறது (அது ஏதேனும் ஓர் இரையை வேட்டையாடி அப்போதுதான் அதைச் செரித்திருந்தால், அது இன்னும் சற்று அதிகத் தடிமனாக இருக்கும்). இரவு நேரங்களில் அது நிலத்தை ஒட்டிப் பறந்து செல்கிறது. ஃப்ளேவியஸ் பெல்பி என்ற மந்திரவாதிதான் லெதிஃபோல்டைப் பற்றி முதன்முதலில் எழுதினார். 1782ல் பாப்பா நியூ கினியா நாட்டில் அவர் விடுமுறையைக் கழித்துக் கொண்டிருந்தபோது ஒரு லெதிஃபோல்டின் தாக்குதலிலிருந்து அவர் அதிர்ஷ்டவசமாகத் தப்பிப் பிழைத்திருந்தார்.

அதிகாலை சுமார் ஒரு மணி அளவில், ஒரு வழியாகத் தூக்கம் என் கண்களைச் சுழற்றத் தொடங்கியிருந்த நேரத்தில், அருகே ஒரு மென்மையான சலசலப்பு எனக்குக் கேட்டது. வெளியே இருந்த மரத்தின் இலைகள்தான் அந்தச் சத்தத்தை ஏற்படுத்தியதாக நினைத்தபடி, சன்னலுக்கு முதுகு காட்டி நான் என் படுக்கையில் புரண்டு படுத்தேன். அப்போது, வடிவமற்றக் கரிய நிழலுருவம் ஒன்று என் படுக்கையறைக் கதவின் அடி வழியாக உள்ளே நுழைந்து கொண்டிருந்தது என் பார்வையில் பட்டது. நிலா வெளிச்சம் மட்டுமே ஊடுருவியிருந்த ஓர் அறையில் எது அப்படிப்பட்ட ஒரு நிழலுருவத்தைத் தோற்றுவித்துக் கொண்டிருந்தது என்று தூக்கக் கலக்கத்தில் யோசித்தபடி நான் அசைவின்றிக் கிடந்தேன். நான் அவ்வாறு அசையாமல் இருந்ததால்,

நான் தூங்கிக் கொண்டிருந்ததாக அந்த லெதிஃபோல்டு நினைத்துவிட்டது.

பிறகு அது என் படுக்கையின்மீது ஏறத் தொடங்கியபோது என் குலை நடுங்கியது. அதன் லேசான எடையை என்மீது என்னால் உணர முடிந்தது. காற்றில் படபடத்த ஒரு கருநிற அங்கியை ஒத்திருந்த அந்த உருவம் தன் முனைகள் படபடக்க என் படுக்கையின்மீது தவழ்ந்து என்னை நோக்கி வந்தது. பயத்தில் உறைந்து போயிருந்த நான், அதன் ஈரம் என் தாடையின்மீது பட்டதை உணர்ந்தேன். நான் உடனடியாக எழுந்து உட்கார்ந்தேன்.

அது என் உடல் முழுவதும் படர முயற்சித்தது. என் முகம், வாய், நாசித் துவாரங்கள் ஆகியவற்றை அது

வருடியது. அது தன்னுடைய குளிர்ச்சியை என்மீது போர்த்த முயற்சித்துக் கொண்டிருந்ததை என்னால் உணர முடிந்தது. உதவி கேட்டுக் குரல் எழுப்ப முடியாத நிலையில் இருந்த நான், என்னுடைய மந்திரக்கோலை எடுத்தேன். அதே சமயத்தில், அந்த உருவம் என்னுடைய முகத்தை மூடியதால் என்னால் மூச்சுவிட முடியவில்லை. ஆனாலும், என் சக்தி முழுவதையும் ஒன்றுதிரட்டி, 'ஸ்டூபிஃபையிங் சார்ம்' வசியத்தை நான் அதன்மீது பிரயோகித்தேன். ஆனால் அது பலனளிக்காமல் போனதோடு, என் படுக்கையறைக் கதவில் ஒரு பெரிய ஓட்டையைப் போட்டதுதான் மிச்சம். பிறகு 'இம்பெடிமென்ட் ஹெக்ஸ்' வசியத்தை நான் அந்த உருவத்தின்மீது பயன்படுத்தினேன். ஆனால் அதுவும்

எனக்கு உதவவில்லை. நான் இன்னும் போராடியபடியே பக்கவாட்டில் உருண்டதில் தடாலென்று தரையின்மீது விழுந்தேன். இப்போது லெதிஃபோல்டு என்னை முழுவதுமாக மூடியது.

என் மூச்சுத்திணறல் அதிகரித்தபோது, நான் முற்றிலும் தன்னினைவு இழக்கவிருந்ததை நான் அறிந்தேன். பதைப்புடன் நான் என் கடைசித் துளி ஆற்றலை ஒன்றுதிரட்டி, என் மந்திரக்கோலை என்னிடமிருந்து தூர விலக்கி, அந்தக் கரிய உருவத்தை நோக்கி அதைக் காட்டி, உள்ளூர் காப்ஸ்டோன்ஸ் சங்கத்தின் தலைவராக நான் தேர்ந்தெடுக்கப்பட்ட நாளன்று 'பெட்ரோனஸ் சார்ம்' வசியத்தை நான் பயன்படுத்தியிருந்ததை நான் நினைவுகூர்ந்தேன்.

புத்துணர்ச்சியூட்டும் காற்று உடனடியாக என் முகத்தின்மீது பட்டதை நான் உணர்ந்தேன். நான் மேலே பார்த்தபோது, அந்தக் கொடூரமான நிழலுருவம் என்னுடைய பெட்ரோனஸின் கொம்புகளின் மேலாகக் காற்றில் தூக்கி வீசப்பட்டுக் கொண்டிருந்ததை நான் கண்டேன். அது என் அறையின் குறுக்காகப் பறந்து சென்று, வேகமாக என் பார்வையைவிட்டு மறைந்தது.

பெல்பி இவ்வளவு உணர்ச்சிபூர்வமாக வெளிப்படுத்தியுள்ளதுபோல, பெட்ரோனஸ் ஸ்பெல்லால் மட்டுமே லெதிஃபோல்டை எதிர்க்க முடியும். பொதுவாக, தூங்கிக் கொண்டிருக்கும் ஒருவரை மட்டுமே லெதிஃபோல்டு தாக்கும் என்பதால், அதற்கு எதிராக எந்தவொரு மந்திரத்தையும் பயன்படுத்துவதற்கான வாய்ப்பு அவருக்கு அரிதாகவே கிடைக்கிறது. அது தன் இரைக்கு வெற்றிகரமாக மூச்சித்திணறலை ஏற்படுத்தியவுடன், அவர்களுடைய படுக்கையில் வைத்தே அது அவர்களை சீரணித்துவிடுகிறது. பிறகு, முன்பைவிட அதிகத் தடிமனாகவும் அதிக குண்டாகவும் அது அந்த வீட்டைவிட்டு

வெளியேறுகிறது. தன்னைப் பற்றிய அல்லது தன்னுடைய இரையைப் பற்றிய எந்தவொரு தடயத்தையும் அது விட்டுச் செல்வதில்லை.[9]

லோபலக்

மி.ஆ.மே. வகைப்பாடு: XXX

லோபலக் வடக்குக் கடலின் அடிமட்டத்தில் காணப்படுகிறது. பத்து அங்குல நீளம் கொண்ட ஓர் எளிய ஜீவராசியான இது, வழவழப்பான, கூம்பு வடிவ வாயையும் விஷத்தன்மை கொண்ட ஒரு திரவப் பையையும் கொண்டுள்ளது. லோபலக் அச்சுறுத்தலுக்கு உள்ளாகும்போது, அது தன்னுடைய திரவப் பையைச் சுருக்கிக் கொண்டு, தன்னைத் தாக்குகின்ற நபர்மீது விஷத்தைப் பீய்ச்சி அடிக்கிறது. மெர்பீப்பிள் லோபலக்கை ஓர் ஆயுதமாகப் பயன்படுத்துகின்றனர். மந்திரவாதிகள் இதன் விஷத்தை எடுத்து மாயாஜாலத் திரவங்களில் பயன்படுத்துகின்றனர். ஆனால் இந்த நடவடிக்கை, மிகத் தீவிரமான மேற்பார்வையின்கீழ் மேற்கொள்ளப்படுகிறது.

---

9. லெதிஃபோல்டுக்கு இரையானோரின் எண்ணிக்கையைக் கணக்கிடுவது சாத்தியமற்றது. ஏனெனில், அது தன்னைப் பற்றிய எந்தவொரு தடயத்தையும் விட்டுச் செல்வதில்லை. ஆனால், தங்கள் சொந்த லாபத்திற்காக, லெதிஃபோல்டுகளால் தாங்கள் கொல்லப்பட்டுள்ளதாகப் பாசாங்கு செய்கின்ற மந்திரவாதிகளை சுலபமாகக் கணக்கிட்டுவிடலாம். இந்த வகையான ஏய்ப்பு சமீபத்தில் 1973ல் ஏற்பட்டது. ஜேனஸ் திக்கீ என்ற மந்திரவாதி, 'ஒரு லெதிஃபோல்டு என்னைப் பிடித்துவிட்டது, நான் மூச்சுத் திணறிக் கொண்டிருக்கிறேன்,' என்று அவசர அவசரமாக ஒரு தாளில் கிறுக்கி வைத்துவிட்டு மாயமாய் மறைந்துவிட்டான். அப்பழுக்கற்ற ஒரு காலியான படுக்கையைக் கண்டு, உண்மையிலேயே அவன் லெதிஃபோல்டால் கொல்லப்பட்டுவிட்டான் என்று நம்பிய அவனுடைய மனைவியும் குழந்தைகளும் ஒரு குறிப்பிட்டக் காலம்வரை துக்கம் அனுசரித்தனர். ஆனால் விரைவில், ஐந்து மைல்கள் தள்ளி இருந்த ஓர் இடத்தில் ஒரு பச்சை டிராகனின் சொந்தக்காரியுடன் அவன் வாழ்ந்து வந்தது கண்டுபிடிக்கப்பட்டது.

M

மேக்கில்டு மெலகிளா

***மி.ஆ.மே. வகைப்பாடு:* XXX**

மேக்கில்டு மெலகிளா நிலத்தில் வாழ்கின்ற ஒரு ஜீவராசி. இது பெரும்பாலும் ஐரோப்பாவைச் சுற்றியுள்ள, பாறைகள் நிறைந்த கடற்கரையோரப் பகுதிகளில் வசிக்கிறது. பார்ப்பதற்கு ஒரு பெரிய கடல் நண்டைப்போல இருந்தாலும், அது ஒருபோதும் சாப்பிடப்படக்கூடாது. ஏனெனில், அதன் சதை, மனிதர்கள் உட்கொள்வதற்கு உகந்தது அல்ல. ஒருவேளை அவர்கள் அதை உட்கொண்டால், அவர்களுக்குக் கடுமையான காய்ச்சலும், பச்சை நிறத்தில் உடல் முழுவதும் அருவருப்பான தடிப்புகளும் ஏற்படும்.

இந்த ஜீவராசி சுமார் பன்னிரண்டு அங்குல நீளம்வரை வளரக்கூடியது. வெளிர் சாம்பல் நிறத்தைக் கொண்ட இதன் உடலில் கரும்பச்சை நிறப் புள்ளிகள் இருக்கின்றன. விலங்கினங்களில் கிரஸ்தேசியன் குடும்பத்தைச் சேர்ந்த அனைத்துச் சிறு உயிர்களையும் இது உட்கொள்கிறது. பெரிய இரைகளைக் கையாளவும் இது முயற்சிக்கும். மெலகிளா கடித்தால், கடிபட்ட நபருக்கு ஒரு வினோதமான பக்கவிளைவு ஏற்படும். அதாவது, அவருக்கு ஒரு வாரகாலம் துரதிர்ஷ்டமானதாக இருக்கும். நீங்கள் ஒரு மெலகிளாவிடம் கடிபட்டால், எந்தப் பந்தயத்திலும் சூதாட்டத்திலும் புதிய முயற்சியிலும் நீங்கள் பங்கு கொள்ளக்கூடாது. ஏனெனில், இவற்றில் நீங்கள் நிச்சயமாகத் தோற்றுவிடுவீர்கள்.

மேண்டிகோர்

***மி.ஆ.மே. வகைப்பாடு:* XXXXX**

மேண்டிகோர் மிக பயங்கரமானதொரு கிரேக்க விலங்கு. அது மனிதத் தலையையும், சிங்கத்தின் உடலையும், தேளின்

கொடுக்கையும் கொண்டுள்ளது. கைமேராவைப்போல ஆபத்தான மற்றும் அரிதான இவ்விலங்கு, தன் இரையை உண்டு களிக்கும்போது மென்மையாக ஏதேனும் பாடலை முணுமுணுக்கும். இதன் தோல் கிட்டத்தட்ட அனைத்துச் சார்ம்களையும் முறியடித்துவிடும். இது தன் கொடுக்கால் ஒருவரைக் கொட்டினால் அவருக்கு உடனடி மரணம் நிச்சயம்.

மெர்பீப்பிள்

(இவர்கள் சைரன்கள், செல்கிக்கள், மெர்ரோக்கள் என்றும் அழைக்கப்படுகின்றனர்)

மி.ஆ.மே. வகைப்பாடு: XXXX[10]

தோற்றத்தில் மனிதர்களைப்போலவே பரந்துபட்டவர்களாக இருக்கின்ற இவர்கள் உலகம் நெடுகிலும் பரவியுள்ளனர். அவர்களுடைய பழக்கவழக்கங்களும் சடங்குகளும் சென்டாரின் பழக்கவழக்கங்களையும் சடங்குகளையும்போலவே மர்மமானவையாக இருக்கின்றன என்றாலும், மெர்மிஷ் மொழியைப் பேசுவதில் மேதமை பெற்றுள்ள மந்திரவாதிகள் இவர்களைப் பற்றி மிக உயர்வாகப் பேசுகின்றனர். மெர்பீப்பிள் தங்கள் வசிப்பிடங்களுக்கு ஏற்றவாறு பல்வேறு எண்ணிக்கையைக் கொண்ட சமூகங்களில் சிறந்த ஒழுங்கமைப்புடன் வாழ்கின்றனர். சிலர் தங்களுடைய வசிப்பிடங்களைத் திட்டமிட்ட முறையில் வடிவமைத்து உருவாக்கியுள்ளனர். 'பீயிங்' வகையில் சேர்த்துக் கொள்ளப்படுவதற்கு விடுக்கப்பட்டக் கோரிக்கையை சென்டார்களைப்போலவே இவர்களும் நிராகரித்துவிட்டனர். 'விலங்கு' வகையில் இருப்பதை இவர்கள் தேர்ந்தெடுத்துக் கொண்டனர் (முன்னுரையைப் பார்க்கவும்).

முதன்முதலாகக் கண்டறியப்பட்ட மெர்பீப்பிள் சைரன்கள் என்று அழைக்கப்பட்டனர். இவர்கள் கிரேக்க நாட்டில் கண்டறியப்பட்டனர். மகுள்களின் இலக்கியப் படைப்புகளிலும்

---

10. சென்டார் பற்றிய வகைப்பாட்டு அடிக்குறிப்பைப் பார்க்கவும்.

ஓவியங்களிலும் இடம்பெறுகின்ற அழகான மெர்பீப்பிள், வெதுவெதுப்பான நீரைக் கொண்ட நீர்நிலைகளில் வசிக்கின்றனர். ஸ்காட்லாந்தைச் சேர்ந்த செல்கிக்களும் அயர்லாந்தைச் சேர்ந்த மெர்ரோக்களும் சைரன்களோடு ஒப்பிடப்படுகையில் அழகில் சற்றுக் குறைவானவர்கள், ஆனால் மெர்பீப்பிள் அனைவருமே இசையைப் பெரிதும் நேசிக்கின்றனர். இது அவர்கள் அனைவரிடையே காணப்படுகின்ற ஒரு பொதுவான அம்சமாகும்.

மோக்

மி.ஆ.மே. வகைப்பாடு: XXX

வெள்ளி நிறம் கலந்த பச்சை நிறத்தில் உள்ள இவ்விலங்கு சுமார் பத்து அங்குல நீளத்தை எட்டும். இது பிரிட்டன் மற்றும் அயர்லாந்து நெடுகிலும் காணப்படுகிறது. தான் விரும்பும்போது தன்னைச் சுருக்கிக் கொள்ளக்கூடிய திறன் கொண்டதாக இருக்கின்ற காரணத்தால், இது ஒருபோதும் மகுள்களின் பார்வையில் தென்பட்டதில்லை.

பர்ஸுகள் மற்றும் பணப்பைகள் தயாரிப்பில் இதன் தோல் பயன்படுத்தப்படுவதால் மந்திரவாதிகளிடையே அதற்கு மிகுந்த கிராக்கி நிலவுகிறது. ஓர் அந்நியன் நெருங்கும்போது இதன் தோலில் உள்ள செதில்கள் சுருங்கிக் கொள்வதால், அத்தோலைக் கொண்டு செய்யப்பட்டப் பணப்பைகளைக் கண்டுபிடிப்பது திருடர்களுக்கு மிகக் கடினமானதாக இருக்கிறது.

மூன்காஃப்

மி.ஆ.மே. வகைப்பாடு: XX

இது மிகுந்த கூச்ச சுபாவம் கொண்ட ஒரு ஜீவராசி. பௌர்ணமி அன்று மட்டுமே அது தன் வளைக்குள் இருந்து வெளிவரும். அதன் உடல் வழுவழுப்பாகவும் வெளிர் சாம்பல் நிறத்திலும்

உள்ளது. அதன் தலைக்கு மேலே உருண்டையான மற்றும் புடைப்பான கண்கள் உள்ளன. பெரிய பாதங்களுடன்கூடிய ஒல்லியான நான்கு கால்கள் அதற்கு உள்ளன. மூன்காஃப்கள் நிலா வெளிச்சத்தில், ஆளரவமற்ற இடங்களில் தம்முடைய பின்னங்கால்களால் சிக்கலான நடனங்களை மேற்கொள்கின்றன. கூடலுக்கு முந்தைய நடவடிக்கை இது என்று நம்பப்படுகிறது (தம்முடைய நடனங்களின் மூலம் கோதுமை வயல்களில் பல சிக்கலான வடிவியல் வடிவங்களை இவை விட்டுச் செல்கின்றன; இது மகுள்களுக்குப் பெரும் குழப்பத்தை ஏற்படுத்துகிறது).

நிலா வெளிச்சத்தில் மூன்காஃப்கள் நடனமாடுவதைப் பார்ப்பது ஒரு சுவாரசியமான அனுபவமாகும். அது பெரும்பாலும் லாபகரமானதாகவும் இருக்கிறது. ஏனெனில், பொழுது விடிவதற்குள் மூன்காஃப்களின் சாணத்தைச் சேகரித்து, மாயாஜால மூலிகைகள் மற்றும் மலர்ப்படுகைகள்மீது அதைப் பரப்பினால், அச்செடிகள் மிக வேகமாகவும் அசாத்திய வலிமை கொண்டவையாகவும் வளரும். மூன்காஃப்கள் உலகம் நெடுகிலும் காணப்படுகின்றன.

மர்ட்லேப்

மி.ஆ.மே. வகைப்பாடு: XXX

மர்ட்லேப் ஓர் எலி போன்ற ஜீவராசியாகும். இது பிரிட்டனின் கடற்கரையோரப் பகுதிகளில் காணப்படுகிறது. கடல் சாமந்தியின் உணர்கொம்புகளை ஒத்த ஒரு புற வளர்ச்சி இதன் முதுகின்மீது உள்ளது. இந்த உணர்கொம்புகள் போன்றவற்றை ஊறுகாய் போட்டுச் சாப்பிட்டால், சாபங்கள் மற்றும் மாயக்கட்டுகளை எதிர்த்துச் சமாளிப்பதற்கான ஆற்றல் கிடைக்கும். ஆனால் இதை அளவுக்கதிகமாக உட்கொண்டால், காதுகளில் செவ்வூதா நிறத்தில் முடி முளைக்கும். பார்க்க இது அவ்வளவு நன்றாக இருக்காது.

நிஃப்லர்

மி.ஆ.மே. வகைப்பாடு: XXX

இது பிரிட்டனைச் சேர்ந்த ஒரு விலங்கு. உடல் முழுவதும் ரோமத்துடனும் ஒரு நீண்ட வாயுடனும் கரிய நிறத்தில் இருக்கின்ற இது வளைகளில் வாழ்கின்றது. மினுமினுக்கும் எதுவொன்றும் இதற்கு மிகவும் பிடிக்கும். பூமிக்குள் ஆழமாகக் குழி தோண்டிப் புதையல்களைத் தேடுவதற்காக விசித்திரக்குள்ளர்கள் காப்லின்கள் நிஃப்லர்களை வளர்க்கின்றனர். நிஃப்லர் சாதுவானதாகவும் பாசம் கொண்டதாகவும் இருந்தாலும், அது உடமைகளைச்

சேதப்படுத்தக்கூடியது. எனவே, இதை ஒருபோதும் வீட்டில் வைக்கக்கூடாது. நிலப்பரப்புக்குக் கீழே இருபதடி ஆழத்தில் உள்ள வளைகளில் இது வாழ்கிறது. ஒரு நேரத்தில் ஆறிலிருந்து எட்டுக் குட்டிகள்வரை இது ஈன்றெடுக்கும்.

நாக்டெயில்

மி.ஆ.மே. வகைப்பாடு: XXX

நாக்டெயில்கள் ஐரோப்பா, ரஷ்யா, அமெரிக்கா ஆகியவற்றின் நாட்டுப்புறப் பகுதிகளில் காணப்படுகின்ற கொடுவிலங்குகளாகும். தோற்றத்தில் வளர்ச்சி குன்றிய பன்றிக்குட்டிகளைப்போலக் காணப்படும் இவை நீண்ட கால்களையும், அடர்த்தியான, குட்டையான வால்களையும், குறுகலான கருநிறக் கண்களையும் கொண்டவை. நாக்டெயில் எந்தவொரு பன்றிக் கொட்டிலுக்குள்ளும் திருட்டுத்தனமாக நுழைந்து, தன் குட்டிகளுக்குப் பால் கொடுத்துக் கொண்டிருக்கும் ஒரு சாதாரணப் பன்றியிடம் இதுவும் பாலருந்தும். அது எவ்வளவு அதிக காலம் யார் கண்ணிலும் படாதபடி விட்டுவைக்கப்படுகிறதோ, எவ்வளவு அதிகப் பெரிதாக அது வளர்கிறதோ, அது நுழைகின்ற வயல்களும் பண்ணைகளும் அவ்வளவு நீண்டகாலம் அவலத்திற்கு ஆளாகும்.

இது அசாதாரணமான வேகத்தில் செல்லக்கூடியது. இதைப் பிடிப்பது மிகவும் கடினம். ஆனால் ஒரு தூய வெள்ளை நாய் இதை அந்த வயலின் அல்லது பண்ணையின் எல்லைக்கு அப்பால்வரை விரட்டிச் சென்றால், பிறகு அது ஒருபோதும் அங்கு திரும்பி வராது. 'டிபார்ட்மென்ட் ஃபார் த ரெகுலேஷன் அன்ட் கன்ட்ரோல் ஆஃப் மேஜிக்கல் கிரீச்சர்ஸ் (பெஸ்ட் சப்-டிவிஷன்)' இதற்கென்றே ஒரு டஜன் அல்பைனோ பிளட்ஹவுன்டுகளை வைத்திருக்கிறது.

நுண்டு

மி.ஆ.மே. வகைப்பாடு: XXXXX

கிழக்கு ஆப்பிரிக்காவைச் சேர்ந்த இந்த விலங்குதான் உலகிலேயே மிகவும் ஆபத்தானது. மிகப் பெரியதொரு சிறுத்தைப்புலியைப்போலத் தோற்றமளிக்கின்ற இது, சத்தமின்றி நகர்ந்து செல்லும். இதன் சுவாசம் ஏற்படுத்துகின்ற நோய், ஒட்டுமொத்த கிராமங்களையும் முற்றிலுமாக அழித்தொழிக்கக்கூடிய அளவுக்கு வீரியம் மிக்கது. அசாத்தியத் திறமை கொண்ட சுமார் நூறு மந்திரவாதிகள் ஒன்றாக இணைந்து செயல்பட்டால் தவிர இதைக் கட்டுப்படுத்துவது சாத்தியமற்றது.

ஆக்கமி

மி.ஆ.மே. வகைப்பாடு: XXXX

இது தூரக் கிழக்கு நாடுகளிலும் இந்தியாவிலும் காணப்படுகிறது. இறக்கைகளையும் இரண்டு கால்களையும் கொண்ட இந்த ஜீவராசி, ஒரு பாம்பின் உடலைக் கொண்டது. இது சுமார் பதினைந்தடி நீளத்தை எட்டக்கூடும். இது முக்கியமாக எலிகளையும் பறவைகளையும் உட்கொள்கிறது. தன்னை எவர் நெருங்கினாலும் இது அவரிடம் மூர்க்கமாக நடந்து கொள்ளும். குறிப்பாக, தன்னுடைய முட்டைகளைப் பாதுகாப்பதற்கு இது மிகவும் ஆக்ரோஷமாக நடந்து கொள்ளும். இதன் முட்டைகளின் ஓடுகள் தூய்மையான, மென்மையான வெள்ளியால் ஆனவை.

ஃபீனிக்ஸ்

***மி.ஆ.மே. வகைப்பாடு:* XXXX[11]**

ஓர் அன்னத்தின் அளவையும் சிவப்பு நிறத்தையும் கொண்ட இந்த வசீகரமான பறவைக்கு, ஒரு நீண்ட, பொன்னிற வாலும், அலகும், கூரிய நகங்களும் உள்ளன. மலைச் சிகரங்கள்மீது கூடு கட்டுகின்ற இப்பறவை எகிப்திலும் இந்தியாவிலும் சீனாவிலும் காணப்படுகிறது. இது மிக நீண்டகாலம் உயிர் வாழக்கூடியது. ஏனெனில், இதன் உடல் சீர்கெடத் தொடங்கும்போது அப்பறவை தன்னைத் தானே எரித்துக் கொண்டு, அந்தச் சாம்பலிலிருந்து ஒரு குஞ்சுப்

பறவையாக மீண்டும் உயிர்த்தெழும். இது ஒரு சாதுவான ஜீவராசி. இது யாரையும் கொன்றதாக வரலாறு இல்லை. இது மூலிகைகளை மட்டுமே உட்கொள்கிறது. டிரிகாலைப்போலவே இதனாலும் தன் விருப்பப்படி மறையவும் மீண்டும் தோன்றவும் முடியும் (டிரிகாலைப் பற்றி முந்தைய பக்கம் ஒன்றில் குறிப்பிடப்பட்டுள்ளது). ஃபீனிக்ஸின் பாடல் மாயாஜாலமானது. இப்பாடல், தூய இதயம் கொண்டவர்களுடைய துணிச்சலை அதிகரிப்பதாகவும், களங்கமான இதயத்தைக் கொண்டோருக்கு பயம் ஏற்படுத்துவதாகவும் கூறப்படுகிறது. ஃபீனிக்ஸின் கண்ணீருக்கு குணமாக்கும் சக்தி இருக்கிறது.

பிக்ஸி

மி.ஆ.மே. வகைப்பாடு: XXX

இது இங்கிலாந்திலுள்ள கார்ன்வால் பகுதியில்தான் பெரும்பாலும் காணப்படுகிறது. பிரகாசமான நீல நிறத்தைக் கொண்ட இது எட்டு அங்குல உயரம் வளரக்கூடியது. இது அதிகக் குறும்புத்தனம் கொண்டது. எல்லா வகையான சேட்டைகளுக்கும் பெயர் போன இந்த ஜீவராசி, அச்சேட்டைகளில் பேரின்பம் கொள்கிறது. சிறகுகள் இல்லாவிட்டாலும்கூட இதனால் பறக்க முடியும். மனிதர்கள் கவனிக்காத நேரத்தில் இது அவர்களுடைய காதுகளைப் பிடித்து அவர்களை இழுத்துச் சென்று, உயரமான மரங்கள் மற்றும் கட்டடங்கள்மீது போட்டுவிடும். பிக்ஸிகள் உச்சஸ்தாயியில் இடுகின்ற ஒரு சத்தம், மற்றப் பிக்ஸிகளைத் தவிர வேறு யாருக்கும் புரியாது. இவை குட்டிகள் இடுகின்ற ஜீவராசிகளாகும்.

---

11. ஃபீனிக்ஸ் பறவை ஜ்ஜ்ஜ்ஜ் வகையில் சேர்க்கப்பட்டுள்ளதற்குக் காரணம் அது ஆக்ரோஷமானது என்பது அல்ல, மாறாக, அதை அமைதிப்படுத்திப் பழக்கப்படுத்துவதில் ஒருசில மந்திரவாதிகள் மட்டுமே வெற்றி கண்டுள்ளனர் என்பதுதான் அதற்குக் காரணம்.

பிளிம்பி

மி.ஆ.மே. வகைப்பாடு: XXX

கோள வடிவத்தையும் பல வண்ணப் புள்ளிகளையும் கொண்ட ஒரு மீன் இது. நீளமான இரண்டு கால்களும், சவ்வால் இணைக்கப்பட்டுள்ள கால்விரல்களுடன்கூடிய பாதங்களும் இதற்கு உள்ளன. இது ஆழமான ஏரிகளில் வசிக்கின்றது. ஏரிகளின் ஆழத்திற்குச் சென்று உணவு தேடுகின்ற இந்த ஜீவராசிக்கு நீர் நத்தைகள் மிகவும் பிடிக்கும். பிளிம்பி பொதுவாக ஆபத்தானது அல்ல. ஆனால், தான் வசிக்கின்ற நீர்நிலைகளில் நீந்துகின்றவர்களின் பாதங்களையும் ஆடைகளையும் கடிக்கும் பழக்கம் அதற்கு இருக்கிறது. மெர்பீப்பிள் பிளிம்பிக்களை ஒரு தொந்தரவாகக் கருதுகின்றனர். அவற்றின் வழுவழுப்பான கால்களை ஒரு முடிச்சாகக் கட்டுவதன் மூலம் அவர்கள் அதைச் சமாளிக்கின்றனர். இவ்வாறு கால்கள் கட்டப்பட்டப் பிறகு, பிளிம்பிக்கள் அங்கிருந்து திரும்பிச் சென்றுவிடுகின்றன, ஆனால் அவற்றால் ஒழுங்காக நீந்திச் செல்ல முடியாது. அந்த முடிச்சுகளை அவிழ்க்கும்வரை அவற்றால் மீண்டும் திரும்பி வர முடியாது. முடிச்சுகளை அவிழ்ப்பதற்குப் பல மணிநேரம் ஆகக்கூடும்.

போகர்பின்

மி.ஆ.மே. வகைப்பாடு: XXX

இது ரஷ்யாவைச் சேர்ந்த ஒரு கொடுவிலங்கு. இது ஓரடி உயரம்கூட இருக்காது. இதன் உடல் வழுவழுப்பாகவும் ரோமங்கள் நிறைந்ததாகவும் இருக்கும். அதன் சாம்பல் நிறத் தலை அதன் உடலோடு ஒப்பிடுகையில் மிகப் பெரியதாக உள்ளது. அது தன் உடலைக் குறுக்கிக் கொண்டு உட்காரும்போது, ஒரு பளபளப்பான, உருண்டையான பாறைபோலத் தோன்றும். போகர்பின்கள் மனிதர்களை நோக்கிக் கவர்ந்திழுக்கப்படுகின்றன.

அவை மனிதர்களின் நிழல்களைப் பின்தொடர்ந்து செல்வதில் களிப்புறுகின்றன. அவர்கள் திரும்பிப் பார்த்தால், அவை விரைவாகத் தம்மைக் குறுக்கிக் கொண்டு உட்கார்ந்து கொள்ளும். ஒரு போகர்பின் ஒரு மனிதனைப் பல மணிநேரம் பின்தொடர்ந்து செல்ல அனுமதிக்கப்படும் பட்சத்தில், தன்னால் எந்தப் பயனும் இல்லை என்ற உணர்வு அவனுள் மேலோங்கி, விரைவில் அவன் ஊக்கமிழப்பான், பெரும் மனச்சோர்வுக்கும் ஆளாவான். அவன் தான் நடப்பதை நிறுத்திவிட்டு, கீழே மண்டியிட்டு அமர்ந்து தன்னுடைய பயனின்மையை நினைத்து அழும்போது, அந்தப் போகர்பின் அவன்மீது பாய்ந்து அவனை இரையாக்கிக் கொள்ள முயற்சிக்கும். ஆனால், ஸ்டூபிஃபையிங் சார்ம்ஸைக் கொண்டோ அல்லது எளிய மாயக்கட்டுகளைக் கொண்டோ போகர்பின்னை சுலபமாகத் துரத்திவிடலாம். காலால் அதை எட்டி உதைப்பதுகூட நல்ல பலனளிப்பதாகக் கண்டறியப்பட்டுள்ளது.

பார்லாக்

மி.ஆ.மே. வகைப்பாடு: XX

குதிரைகளைப் பாதுகாக்கின்ற இவ்விலங்கு இங்கிலாந்திலுள்ள டார்செட் எனும் இடத்திலும் தெற்கு அயர்லாந்திலும் காணப்படுகிறது. தொங்கலான ரோமங்களால் மூடப்பட்டிருக்கும் இதன் தலைமீது முரட்டு முடி அதிக அளவில் இருக்கிறது. இதன் மூக்கு அளவுக்கதிகமாகப் பெரியது. இது பிளவுபட்ட இரண்டு பாதங்களைக் கொண்டு நடக்கிறது. இதன் கைகள் சிறியவை. ஒவ்வொரு கையிலும் குட்டையான மற்றும் தடிமனான நான்கு விரல்கள் உள்ளன. முழுமையாக வளர்ச்சியடைந்துள்ள பார்லாக்குகள் சுமார் இரண்டடி உயரம் இருக்கும். புல்தான் அவற்றின் உணவு.

பார்லாக் கூச்ச சுபாவம் கொண்டது. குதிரைகளைப் பாதுகாப்பதற்காகவே இது வாழ்கிறது. அது குதிரைக் கொட்டில்களில் வைக்கோல்களில் சுருண்டு கிடக்கும் அல்லது

தான் பாதுகாத்துக் கொண்டிருக்கின்ற குதிரைக் கூட்டத்தின் நடுவே இளைப்பாறிக் கொண்டிருக்கும். பார்லாக்குகள் மனிதர்களை நம்புவதில்லை. அவர்களுடைய வரவை அறிந்து கொண்ட உடனேயே இவை எப்போதும் ஒளிந்து கொள்ளும்.

பஃப்ஸ்கைன்

மி.ஆ.மே. வகைப்பாடு: XX

இது உலகம் நெடுகிலும் காணப்படுகிறது. கோள வடிவில் இருக்கும் இது, மென்மையான, சந்தன நிற முடியால் மூடப்பட்டிருக்கும். இது ஒரு சாதுவான விலங்கு. இதை வாரி எடுத்துக் கொஞ்சினாலும் சரி, அல்லது தூக்கி வீசினாலும் சரி, இது எந்த மறுப்பும் காட்டாது. இதைப் பராமரித்து வளர்ப்பது சுலபமானது. அது மனநிறைவோடு இருக்கும்போது, ஒரு தாழ்வான குரலில் முனகும். அவ்வப்போது மிக நீளமான, ஒல்லியான, இளஞ்சிவப்பு நிற நாக்கு ஒன்று அதன் உடலின் ஆழத்திலிருந்து வெளிவந்து, உணவைத் தேடி வீடு முழுவதும் சுற்றி அலையும். பஃப்ஸ்கைன்கள் தாவரங்களையும் உண்ணும் மாமிசத்தையும் உண்ணும். மிஞ்சியுள்ள உணவில் தொடங்கி சிலந்திப்பூச்சிகள்வரை இவை எதையும் விட்டு வைப்பதில்லை. தூங்கிக் கொண்டிருக்கின்ற மந்திரவாதிகளின் மூக்கிற்குள் தம்முடைய நீண்ட நாக்கை நுழைந்து, மூக்கிற்குள் இருக்கின்ற அழுக்கைச் சாப்பிடுவது அவற்றுக்கு மிகவும் பிடிக்கும். அவற்றின் இந்தப் போக்கின் காரணமாக, பல தலைமுறைகளாக மந்திரவாதச் சமூகத்தைச் சேர்ந்த குழந்தைகள் அவற்றைப் பெரிதும் நேசித்து வந்துள்ளனர். மந்திரவாதிகளின் வீடுகளில் அது இன்றளவும் மிகப் பிரபலமான செல்லப் பிராணியாக இருந்து வருகிறது.

குவின்டாபெட்

(இது ஹேரி மெக்பூன் என்றும் அழைக்கப்படுகிறது)

மி.ஆ.மே. வகைப்பாடு: XXXXX

புலால் உட்கொள்கின்ற இந்த விலங்கு மிகவும் ஆபத்தானது. மனிதர்களை இது ருசித்துச் சாப்பிடும். இதன் மிகத் தாழ்வான உடல், கனத்த, செம்பழுப்பு நிற முடியால் மூடப்பட்டுள்ளது. இதன் ஐந்து கால்களும் அவ்வாறே மூடப்பட்டுள்ளன. அதன் பாதங்கள் வளைந்திருக்கும். ஸ்காட்லாந்தின் வடக்கு முனைக்கு அப்பால் உள்ள டிரியர் தீவில் மட்டுமே குவின்டாபெட் காணப்படுகிறது. இக்காரணத்தால், டிரியர் தீவை வரைபடத்தில் குறிப்பிட முடியாமல் போனது.

முன்பொரு காலத்தில், மெக்லிவர்ட், மெக்பூன் ஆகிய இரண்டு மந்திரவாதிகளின் வம்சாவளியினர் அத்தீவில் வசித்ததாகக் கூறப்படுகிறது. மெக்லிவர்ட் குலத்தின் தலைவனான டுகால்டுக்கும் மெக்பூன் குலத்தின் தலைவனான குவின்டியஸுக்கும் இடையே குடிபோதையில் நடைபெற்ற ஒரு சண்டையின்போது டுகால்டு இறந்துவிட்டதாக நம்பப்படுகிறது. இதற்குப் பழி வாங்கும் விதமாக, ஓர் இரவில், மெக்லிவர்ட் குலத்தைச் சேர்ந்த ஒரு குழுவினர் மெக்பூன் குல மக்களுடைய வீடுகளைச் சூழ்ந்து கொண்டு, அவர்கள் ஒவ்வொருவரையும் பயங்கரமானதோர் ஐந்து-கால் பிராணியாக மாற்றினர் என்று அக்கதை கூறுகிறது. உருவ மாற்றம் செய்யப்பட்ட மெக்பூன்கள் இந்த நிலையில் அதிக ஆபத்தானவர்களாக மாறியிருந்ததை மெக்லிவர்ட் குலத்தினர் மிகத் தாமதமாகவே உணர்ந்தனர் (மெக்பூன் குலத்தினர் மந்திரஜாலத் திறமை அற்றவர்கள் என்று பெயர் பெற்றிருந்தனர்). மேலும், மெக்பூன் குலத்தினரை மீண்டும் மனித வடிவில் மாற்றுவதற்கு மெக்லிவர்ட் குலத்தினர்

மேற்கொண்ட அனைத்து முயற்சிகளையும் அவர்கள் எதிர்த்தனர். இப்போது ராட்சத வடிவில் இருந்த மெக்பூன் குலத்தினர், மெக்லிவர்ட் குலத்தைச் சேர்ந்த அனைவரையும் கொன்றனர். இறுதியில், அத்தீவில் ஒரு மனிதன்கூட விட்டு வைக்கப்படவில்லை. ஒரு மந்திரக்கோலைப் பிரயோகிக்க யாரும் இல்லை என்பதையும், தாங்கள் இனி இதே பயங்கர உருவத்தில்தான் இருக்க வேண்டும் என்பதையும் மெக்பூன்கள் அப்போதுதான் உணர்ந்தனர்.

இக்கதை உண்மையா இல்லையா என்பது யாருக்கும் ஒருபோதும் தெரிய வராது. தங்களுடைய மூதாதையருக்கு என்ன நிகழ்ந்தது என்பதை நமக்கு எடுத்துரைப்பதற்கு மெக்லிவர்ட் மற்றும் மெக்பூன் குலத்தினரில் யாரும் உயிரோடு இல்லை. குவின்டாபெட்களால் பேச முடியாது. அவற்றில் ஒன்றைக் கைப்பற்றி அதை மீண்டும் மனித வடிவில் மாற்றுவதற்கு 'டிபார்ட்மென்ட் ஃபார் த ரெகுலேஷன் அன்ட் கன்ட்ரோல் ஆஃப் மேஜிக்கல் கிரீச்சர்ஸ்' மேற்கொண்ட ஒவ்வொரு முயற்சியையும் அவை எதிர்த்து வந்துள்ளன. எனவே, 'ஹேரி மெக்பூன்ஸ்' என்ற தம்முடைய பட்டப்பெயருக்கு ஏற்ப, தம்முடைய எஞ்சிய வாழ்நாளை விலங்குகளாகவே கழிப்பதில் அவை மகிழ்ச்சி கொள்கின்றன என்று நாம் அனுமானித்துக் கொள்ள வேண்டியதுதான்.

ரமோரா

மி.ஆ.மே. வகைப்பாடு: XX

வெள்ளி நிறம் கொண்ட ஒரு மீன் இது. இது இந்தியப் பெருங்கடலில் காணப்படுகிறது. சக்திவாய்ந்த மந்திரஜாலம் கொண்ட இதனால் கப்பல்களுக்கு நங்கூரமிட முடியும். கடலில் பயணிப்பவர்களுக்கு இது பாதுகாவலாக விளங்குகிறது. 'இன்டர்நேஷனல் கான்ஃபெடரேஷன் ஆஃப் விஸார்ட்ஸ்' ரமோராவை மிக உயர்வாக மதிக்கிறது. மந்திரவாதச் சமூகத்தைச் சேர்ந்த, மாயாஜால ஜீவராசிகளைத் திருட்டுத்தனமாகக் கைப்பற்றிக் கள்ளச் சந்தையில் விற்கின்ற நபர்களிடமிருந்து இந்த மீனைப் பாதுகாப்பதற்காக அந்த அமைப்பு ஏகப்பட்டச் சட்டங்களை இயற்றியுள்ளது.

ரெட் கேப்

மி.ஆ.மே. வகைப்பாடு: XXX

குள்ள மனிதர்கள் போன்ற தோற்றத்தைக் கொண்ட இந்த ஜீவராசிகள் பழைய போர்க்களங்களில் உள்ள பொந்துகளிலும் மனித ரத்தம் சிந்தப்பட்டுள்ள இடங்களிலும் வசிக்கின்றன. வசியங்கள் மற்றும் மாயக்கட்டுகளால் இவற்றை சுலபமாகத் தகர்த்தெறிந்துவிடலாம் என்றாலும், இவற்றிடம் தனியாகச் சிக்கிக் கொள்கின்ற மகுள்களுக்கு இவை பேராபத்தானவை. இருண்ட இரவுகளில் இவை அவர்களை ஏதேனும் கனமான ஒரு பொருளைக் கொண்டு அடித்துக் கொல்ல முயற்சிக்கும். ரெட் கேப்கள் வட ஐரோப்பாவில் மிகப் பரவலாகக் காணப்படுகின்றன.

ரீம்

மி.ஆ.மே. வகைப்பாடு: XXXX

மிகவும் அரிதான, மிகப் பெரிய எருது இது. இது பொன்னிறத் தோலைக் கொண்டது. இது வட அமெரிக்கக் காடுகளிலும் தூரக்

கிழக்கு நாடுகளின் காடுகளிலும் காணப்படுகிறது. இந்த எருதின் ரத்தத்தைக் குடிப்பவர் அளப்பரிய வலிமையைப் பெறுகிறார். ஆனால் இந்த விலங்கின் ரத்தத்தைப் பெறுவது கடினமானது. அதாவது, வெளிச்சந்தையில் இது அரிதாகவே விற்பனை செய்யப்படுகிறது என்று பொருள்.

ரூன்ஸ்பூர்

மி.ஆ.மே. வகைப்பாடு: XXXX

சிறிய ஆப்பிரிக்க நாடான புர்கினா ஃபாஸோவில்தான் இது தோன்றியது. மூன்று தலைகளைக் கொண்ட இந்த சர்ப்பம், பொதுவாக ஆறு அல்லது ஏழு அடிகள் நீளம்வரை வளரும். பளீர் ஆரஞ்சு நிறத்தில் கருநிறப் பட்டைகளுடன்கூடிய அதன் தோலின் காரணமாக அதை சுலபமாக அடையாளம் கண்டுவிடலாம். எனவே, ரூன்ஸ்பூர்கள் பிரத்யேகமாகப் பயன்படுத்துவதற்கென்று சில குறிப்பிட்டக் காடுகளை புர்கினா ஃபாஸோ மினிஸ்ட்ரி

ஆஃப் மேஜிக் ஒதுக்கியுள்ளது. வரைபடத்தில் இவ்விடங்கள் இடம்பெறாது.

ரூன்ஸ்பூர் இயல்பாக ஒரு தீய விலங்கு அல்ல என்றாலும், முன்பொரு காலத்தில் தீய மந்திரவாதிகளின் செல்லப் பிராணியாக அது இருந்து வந்தது. பளிச்சென்ற மற்றும் அச்சுறுத்துகின்ற அதன் தோற்றம்தான் அதற்குக் காரணம். ரூன்ஸ்பூர்களின் வினோதமான பழக்கவழக்கங்கள் குறித்து நமக்குத் தெரிய வந்துள்ள விஷயங்களுக்கு, அவற்றை வளர்த்து அவற்றோடு சர்ப்ப பாஷையில் உரையாடி வந்துள்ள மந்திரவாதிகளுக்குத்தான் நாம் கடமைப்பட்டிருக்கிறோம். ரூன்ஸ்பூரின் மூன்று தலைகளில் ஒவ்வொன்றும் ஒரு குறிப்பிட்ட விஷயத்திற்கு உதவுகிறது என்று அவர்களுடைய ஆவணப் பதிவுகளிலிருந்து தெரிய வருகிறது. (ரூன்ஸ்பூருக்கு எதிரே நிற்கின்ற ஒரு மந்திரவாதியின் பார்வையிலிருந்து பார்க்கும்போது) அதன் இடது தலை, திட்டமிடுவதற்காகப் பயன்படுத்தப்படுகிறது. ரூன்ஸ்பூர் எங்கே போக வேண்டும், அடுத்து அது என்ன செய்ய வேண்டும் என்பதை அந்தத் தலைதான் தீர்மானிக்கிறது. நடுவில் உள்ள தலை, கனவு காண்பதற்கானது (ரூன்ஸ்பூர்கள் தொடர்ந்து பல நாட்கள் ஒரே இடத்தில் நிலைகொண்டு, கற்பனை உலகில் தம்மைத் தொலைத்திருக்கும்). வலது பக்கத் தலை விமர்சிப்பதற்குப் பயன்படுத்தப்படுகிறது. இடது பக்கத் தலை மற்றும் நடுவில் உள்ள தலையின் முயற்சிகளை இது தொடர்ந்து மதிப்பீடு செய்யும். அப்போது, எரிச்சலூட்டுகின்ற ஒரு சீறொலியை அது வெளிப்படுத்தும். வலது பக்கத் தலையின் கோரைப் பற்கள் அதிக விஷத்தன்மை உடையவை. வலது பக்கத் தலை பறி போயுள்ள ஒரு ரூன்ஸ்பூரை மிகப் பரவலாகக் காணலாம். மற்ற இரண்டு தலைகளும் சேர்ந்து அந்தத் தலையைக் கடித்துக் குதறியிருக்கும்.

ரூன்ஸ்பூர் தன் வாய்களின் வழியாக முட்டைகள் இடுகிறது. இவ்வாறு செய்கின்ற மாயாஜால விலங்கு இது மட்டும்தான். மனத்தின் செயற்திறத்தைத் தூண்டுவதற்கான மாயாஜாலத் திரவங்களின் தயாரிப்பில் இம்முட்டைகள் மிகுந்த விலைமதிப்புக் கொண்டவையாக இருக்கின்றன. ரூஸ்ன்பூர்கள் மற்றும் அவற்றின் முட்டைகளைக் கள்ளத்தனமாக விற்பனை செய்கின்ற கருப்புச் சந்தைகள் பல நூற்றாண்டுகளாகக் கொழித்து வந்துள்ளன.

சாலமேண்டர்

மி.ஆ.மே. வகைப்பாடு: XXX

நெருப்பில் வாழ்கின்ற ஒரு சிறிய பல்லி இது. இது நெருப்பு ஜுவாலையை உணவாக உட்கொள்கிறது. பளீர் வெள்ளை நிறத்தைக் கொண்ட இந்த ஜீவராசி, அது தோன்றுகின்ற நெருப்பின் வெப்பத்திற்கு ஏற்றாற்போல நீல நிறத்திலோ அல்லது சிவப்பு நிறத்திலோ காட்சியளிக்கிறது.

அது சாப்பிடுவதற்கு முறையாக மிளகு வழங்கப்பட்டால், நெருப்பிற்கு வெளியே ஆறு மணிநேரம் அதனால் பிழைத்திருக்க முடியும். எந்தத் தீயிலிருந்து அது தோன்றியதோ, அந்தத் தீ எரியும்வரை மட்டுமே அதனால் வாழ முடியும். பிணி தீர்க்கும் சக்தியும் மறுசீரமைப்பு சக்தியும் சாலமேண்டரின் ரத்தத்திற்கு உள்ளன.

ஸீ செர்ப்பெண்ட்

மி.ஆ.மே. வகைப்பாடு: XXX

ஸீ செர்ப்பெண்ட்டுகள் அட்லாண்டிக் பெருங்கடல், பசிபிக் பெருங்கடல், மத்தியத் தரைக்கடல் ஆகியவற்றில் காணப்படுகின்றன. இவை அச்சுறுத்தும் பயங்கரத் தோற்றத்தைக் கொண்டிருந்தாலும், இவை எந்தவொரு மனிதனையும் கொன்றதாகத் தெரியவில்லை. ஆனால் இவை ஆக்ரோஷமாக நடந்து கொள்பவை என்று மகுள்களின் பதிவுகள் கூறுகின்றன. நூறடி நீளம்வரை எட்டக்கூடிய இந்த செர்ப்பெண்ட், ஒரு குதிரையின் தலையை ஒத்த ஒரு தலையையும், ஒரு நீளமான பாம்பு போன்ற உடலையும் கொண்டது. அது கடலுக்குள் இருந்து மேலே எழும்பும்போது அதன் உடல் ஆங்காங்கே வளைவுகளாகத் தெரியும்.

ஷ்ரேக்

மி.ஆ.மே. வகைப்பாடு: XXX

உடல் முழுவதும் துருத்திக் கொண்டிருக்கும் எலும்புகளால் நிரம்பப் பெற்றுள்ள இந்த மீன், அட்லாண்டிக் பெருங்கடலில் காணப்படுகிறது. 1800களில் கடற்பயணம் மேற்கொண்டிருந்த சில மந்திரவாதிகளை மகுள் மீனவர்கள் ஏளனம் செய்ததற்குப் பழி வாங்கும் விதமாகத்தான் முதல் ஷ்ரேக் கூட்டம் உருவாக்கப்பட்டதாக நம்பப்படுகிறது. அன்றிலிருந்து, அந்தக் குறிப்பிட்டப் பகுதியில் மீன் பிடிக்கின்ற மகுள்களின் வலைகள் சின்னாபின்னமாக்கப்பட்டு, மீன் எதுவும் இல்லாமல் நீர்ப்பரப்புக்கு மேலே வருவது நிகழ்ந்து வருகிறது. அப்பகுதியில் அடிமட்டத்தில் நீந்திக் கொண்டிருக்கின்ற ஷ்ரேக் மீன்கள்தான் அதற்குக் காரணம்.

ஸ்னாலிகேஸ்டர்

மி.ஆ.மே. வகைப்பாடு: XXXX

வட அமெரிக்காவைப் பூர்வீகமாகக் கொண்ட ஸ்னாலிகேஸ்டரின் உடலின் ஒரு பாதி பறவையைப்போலவும், இன்னொரு பாதி நிலத்தில் ஊர்ந்து செல்கின்ற ஒரு ஜீவராசியைப்போலவும் இருக்கும். அது ஒரு வகையான டிராகன் என்று முன்பொரு காலத்தில் நம்பப்பட்டு வந்தது. ஆனால் ஒக்காமியின் தூரத்தின் உறவு இது என்று இப்போது அறியப்பட்டுள்ளது. ஸ்னாலிகேஸ்டரால் நெருப்பை உமிழ முடியாது, ஆனால் தன் இரையைத் துண்டுதுண்டாக்குவதற்குத் தேவையான கூரான கோரைப்பற்கள் இதற்கு உள்ளன. இவ்விலங்கு 'இன்டர்நேஷனல் ஸ்டேட்யூட் ஆஃப் சீக்ரஸி'க்கு அடிக்கடி ஆபத்து விளைவித்துள்ளது. இயல்பாகவே இதற்கு இருக்கும் ஆர்வக் கோளாறும், துப்பாக்கிக் குண்டுகளால் துளைக்கப்பட முடியாத அதன் தோலும் சேர்ந்து, அதை விரட்டியடிப்பதைச்

சாத்தியமற்றதாக ஆக்குகின்றன. ஸ்னாலிகேஸ்டர் மகுள்களின் செய்தித்தாள்களில் அடிக்கடி இடம்பெறுகின்றது. சில சமயங்களில், 'மிகுந்த பிரபலத்துவப் பசி கொண்ட விலங்கு' பட்டத்திற்கு லாக் நெஸ் கொடுவிலங்குடன் இது போட்டிப் போடுகிறதோ என்று இது நம்மை எண்ண வைத்துவிடுகிறது. 1949லிருந்து, ஸ்னாலிகேஸ்டர் பாதுகாப்பு அமைப்பு ஒன்று மேரிலேண்ட் மாநிலத்தில் நிரந்தரமாக நிலைப்படுத்தப்பட்டு வந்துள்ளது. ஸ்னாலிகேஸ்டர்களை கவனித்துவிடுகின்ற மகுள்களுக்கு அவற்றைப் பற்றிய நினைவை மறக்கடிக்கும்படி செய்வதற்காகவே இந்த ஏற்பாடு செய்யப்பட்டுள்ளது.

ஸ்னிஜெட்

மி.ஆ.மே. வகைப்பாடு: XXXX[12]

தங்க ஸ்னிஜெட் மிகவும் அரிய, பெரிதும் பாதுகாக்கப்படுகின்ற ஒரு பறவையினம் ஆகும். முற்றிலும் உருண்டையாக இருக்கின்ற இப்பறவைக்கு மிக நீளமான மற்றும் சன்னமான ஓர் அலகும், மாணிக்கக் கற்கள்போல ஒளிவீசுகின்ற சிவந்த கண்களும் உள்ளன. இது மிக வேகமாகப் பறக்கக்கூடியது. நம்புதற்கரிய வேகத்தில் தன்னுடைய பறக்கும் திசையை மாற்றிக் கொள்ளக்கூடிய திறனைக் கொண்டது இது. இதன் சிறகுகள் சுழலக்கூடியவையாக இருப்பதுதான் அதற்குக் காரணம்.

தங்க ஸ்னிஜெட்டின் இறகுகளும் கண்களும் பெரும் விலைமதிப்புக் கொண்டவை. ஒரு சமயம், இப்பறவையினம் மந்திரவாதிகளால் வேட்டையாடப்பட்டு முற்றிலும் அழிக்கப்படும் ஆபத்தான நிலைக்குத் தள்ளப்பட்டது. ஆனால் அந்த ஆபத்து உரிய நேரத்தில் உணரப்பட்டு, அப்பறவையினம் பாதுகாக்கப்பட்டது. குவிடிச்[13] விளையாட்டில் தங்க ஸ்னிஜெட் பறவைக்கு பதிலாக ஸ்னிஜெட் பந்து அறிமுகப்படுத்தப்பட்டது அப்பறவையினத்தைப் பாதுகாப்பதற்காக மேற்கொள்ளப்பட்ட நடவடிக்கைகளில் குறிப்பிடத்தக்க ஒன்றாகும். ஸ்னிஜெட் சரணாலயங்கள் உலகம் நெடுகிலும் செயல்பட்டுக் கொண்டிருக்கின்றன.

---

12. தங்க ஸ்னிஜெட் பறவை ஜ்ஜ்ஜ்ஜ் வகையில் சேர்க்கப்பட்டுள்ளதற்குக் காரணம் அது ஆபத்தானது என்பது அல்ல, மாறாக, அதைக் கைப்பற்றினாலோ அல்லது அதற்குக் காயம் ஏற்படுத்தினாலோ தீவிரமான தண்டனைகள் வழங்கப்படும் என்பதை உணர்த்துவதற்காகவே அது அந்த வகையில் சேர்க்கப்பட்டுள்ளது.

13. குவிடிச் விளையாட்டின் உருவாக்கத்தில் தங்க ஸ்னிஜெட் ஆற்றியுள்ள பங்கில் ஆர்வம் கொண்டுள்ள எவரொருவரும், கென்னில்வொர்தி விஸ்ப் எழுதியுள்ள 'குவிடிச் - மாயாஜால விளையாட்டின் வரலாறு' (விஸ் ஹார்டு புக்ஸ் பதிப்பகம், *1952*) என்ற நூலைப் படிக்கும்படி அறிவுறுத்தப்படுகின்றனர்.

ஸ்ஃபிங்ஸ்

மி.ஆ.மே. வகைப்பாடு: XXXX

எகிப்திய ஸ்ஃபிங்ஸ் ஒரு மனிதத் தலையையும் ஒரு சிங்கத்தின் உடலையும் கொண்டது. அதிக விலைமதிப்புக் கொண்ட பொக்கிஷங்களையும் ரகசிய மறைவிடங்களையும் பாதுகாப்பதற்காக ஓராயிரம் ஆண்டுகளுக்கு மேலாக மந்திரவாதிகளாலும் மந்திரவாதினிகளாலும் இவ்விலங்கு பயன்படுத்தப்பட்டு வந்துள்ளது. அதிக அறிவார்ந்த இவ்விலங்கு, புதிர்களைப் பெரிதும் விரும்புகிறது. தான் பாதுகாத்துக் கொண்டிருக்கின்ற பொருளுக்கு அச்சுறுத்தல் ஏற்பட்டால் மட்டுமே இது ஆபத்தானதாக மாறுகிறது.

ஸ்ட்ரீலர்

மி.ஆ.மே. வகைப்பாடு: XXX

ஒரு மணிநேரத்திற்கு ஒருமுறை தன் நிறத்தை மாற்றிக் கொள்கின்ற மிகப் பெரியதொரு நத்தை இது. அது ஓரிடத்தின் வழியாக நடந்து செல்லும்போது, நச்சான ஒரு தடத்தை விட்டுச் செல்கிறது. அந்த நச்சு, அவ்வழியில் உள்ள அனைத்துத் தாவரங்களையும் உலரச் செய்து முற்றிலுமாக எரித்துவிடுகிறது. இது பல்வேறு ஆப்பிரிக்க நாடுகளைப் பூர்வீகமாகக் கொண்டது. ஆனால், ஐரோப்பா, ஆசியா, அமெரிக்கா ஆகிய கண்டங்களைச் சேர்ந்த மந்திரவாதிகள் இதை வெற்றிகரமாக வளர்த்து வந்துள்ளனர். கலைடோஸ்கோப் கருவியில் பல்வேறு வண்ணங்கள் மாறி மாறித் தெரிவதைப்போல இவ்விலங்கு மணிக்கொரு முறை தன் நிறத்தை மாற்றிக் கொள்வதைக் காண்பதில் பேரின்பம் கொள்கின்றவர்கள் இதை ஒரு செல்லப் பிராணியாக வளர்க்கின்றனர். ஹார்க்லம்ப்புகளைக் கொல்லக்கூடிய ஒருசில பொருட்களில் இதன் விஷமும் ஒன்று.

டீபோ

மி.ஆ.மே. வகைப்பாடு: XXXX

காங்கோ மற்றும் சயர் நாடுகளில் காணப்படுகின்ற, சாம்பல் நிறம் கொண்ட ஒரு வகையான காட்டுப் பன்றி இனத்தைச் சேர்ந்தது இது. பிறர் கண்களில் படாமல் மாயமாய் மறைந்து கொள்வதற்கான திறன் இதற்கு உள்ளது. இதன் காரணமாக, இதைத் தவிர்ப்பதோ அல்லது பிடிப்பதோ மிகவும் கடினம். டீபோ மிகவும் ஆபத்தானதொரு விலங்கு. இதன் தோல் பெரும் விலைமதிப்புக் கொண்டது. பாதுகாப்புக் கேடயங்கள் மற்றும் ஆடைகள் தயாரிப்பில் மந்திரவாதிகள் இதைப் பயன்படுத்துகின்றனர்.

தன்டர்பர்டு

மி.ஆ.மே. வகைப்பாடு: XXXX

வட அமெரிக்காவுக்குச் சொந்தமான இப்பறவை, அரிசோனாவில் பெருமளவு காணப்படுகிறது. இது முழுமையாக வளர்ச்சி அடைந்திருக்கும்போது ஒரு மனிதனைவிட அதிக உயரம் கொண்டதாக இருக்கிறது. தான் பறந்து செல்லும்போது சூறாவளிகளை உருவாக்குவதற்கான சக்தி கொண்டது இது. புலனுணர்வு கடந்த ஆபத்துக்களை முன்கூட்டியே உணர்ந்து கொள்வதற்கான திறன் இதற்கு இருப்பதால், இதன் இறகுகளைக் கொண்டு உருவாக்கப்படுகின்ற மந்திரக்கோல்கள் முன்னெச்சரிக்கை நடவடிக்கையாக சாபங்களை ஏவுவதாக அறியப்படுகிறது. இல்வர்மார்னி ஸ்கூல் ஆஃப் விச்கிராஃப்ட் அன்ட் விஸட்ரியின் மாணவர் அணி ஒன்றுக்குத் தன்டர்பர்டு என்று பெயர் சூட்டப்பட்டுள்ளது.

ட்ரோல்

மி.ஆ.மே. வகைப்பாடு: XXXX

பன்னிரண்டு அடிகள் உயரம்வரை வளரக்கூடிய ஒரு பயங்கரமான ஜீவராசியான இது, ஆயிரம் கிலோ எடையைக் கொண்டது. இது அளப்பரிய வலிமைக்குப் புகழ் பெற்றுத் திகழும் அதே நேரத்தில், முட்டாள்தனத்திற்கும் சம அளவு பெயர் பெற்றது. இது பல சமயங்களில் வன்முறையாகவும் எதிர்பாராத விதத்திலும் நடந்து கொள்ளும். ட்ரோல்கள் ஸ்கேன்டினேவியாவில் தோன்றினாலும், இக்காலகட்டத்தில் பிரிட்டன், அயர்லாந்து, மற்றும் வட ஐரோப்பாவின் பிற பகுதிகளிலும் காணப்படுகின்றன.

அவை பொதுவாக உறுமல்கள் வாயிலாகவே உரையாடுகின்றன. அந்த உறுமல்கள் அனைத்தும் சேர்ந்து ஒரு விதமான கரடுமுரடான மொழியை உருவாக்கியுள்ளதுபோலத் தோன்றுகிறது. சில ட்ரோல்களால் ஒருசில மனித வார்த்தைகளைப் புரிந்து கொள்ளவும் பேசவும் முடியும். இவற்றில் அதிக புத்திசாலித்தனம் கொண்டவை காவல் காப்பதற்காகப் பயிற்றுவிக்கப்பட்டுள்ளன.

மலை ட்ரோல்கள், காட்டு ட்ரோல்கள், ஆற்று ட்ரோல்கள் ஆகிய மூன்று வகையான ட்ரோல்கள் உள்ளன. மலை ட்ரோல்தான் எல்லாவற்றையும்விட மிகப் பெரியது, மிகக் கொடூரமானது. இதன் தலை வழுக்கையாக இருக்கும். இதன் தோல் வெளிர் சாம்பல் நிறத்தில் இருக்கும். காட்டு ட்ரோலின் தோல் வெளிர் பச்சை நிறத்தில் இருக்கும். ஒரு வகையான காட்டு ட்ரோலுக்குப் பச்சை அல்லது பழுப்பு நிறத்தில் சன்னமான, சீரற்ற ரோமங்கள் உள்ளன. ஆற்று ட்ரோலுக்குக் குட்டையான கொம்புகள் உள்ளன. இதற்கு ரோமங்கள் இருக்கக்கூடும். இதன் தோல் செவ்வூதா நிறத்தில் இருக்கும். பாலங்களுக்கு அடியில் இது அடிக்கடிப் பதுங்கி இருக்கும். ட்ரோல்கள் மாமிசத்தை உட்கொள்கின்றன என்றாலும், இவை தம் இரையைப் பற்றி அவ்வளவாக அலட்டிக் கொள்வதில்லை. காட்டு விலங்குகளிலிருந்து மனிதர்கள்வரை இவை எதை வேண்டுமானாலும் சாப்பிடும்.

யூனிகார்ன்

மி.ஆ.மே. வகைப்பாடு: XXXX[14]

வடக்கு ஐரோப்பியக் காடுகள் நெடுகிலும் காணப்படுகின்ற ஓர் அழகான விலங்கு இது. முழுமையாக வளர்ச்சி அடைந்து இருக்கும்போது இது தூய வெள்ளை நிறத்திலும் ஒற்றைக் கொம்புடனும் இருக்கும். இதன் குட்டிகள் துவக்கத்தில் பொன்னிறத்தில் இருக்கும், பிறகு பருவம் எய்துவதற்கு முன்பாக வெள்ளி நிறத்திற்கு மாறும். யூனிகார்னின் கொம்பும் ரத்தமும் ரோமமும் உயர்ந்த மாயாஜாலப் பண்புநலன்களைக்[15] கொண்டவையாக இருக்கின்றன. இவ்விலங்கு பொதுவாக மனிதர்களை சந்திப்பதைத் தவிர்த்துவிடுகிறது. ஒரு மந்திரவாதியைவிட ஒரு மந்திரவாதினி தன்னை அணுகுவதற்கு இது அனுமதிக்கிறது. இது அதிவேகமாக ஓடக்கூடியதாக இருப்பதால், இதைக் கைப்பற்றுவது மிகவும் கடினம்.

---

14. சென்டார் பற்றிய வகைப்பாட்டு அடிக்குறிப்பைப் பார்க்கவும்.

15. ஃபேரியைப்போலவே யூனிகார்னும் மகுள்கள் இலக்கியத்தில் அடிக்கடி இடம்பெற்றுள்ளது. இதன் விஷயத்தில் இது நியாயம்தான்.

வாம்பஸ் கேட்

மி.ஆ.மே. வகைப்பாடு: XXXXX

அளவிலும் தோற்றத்திலும் வழக்கமான மலைச் சிங்கத்தை ஓரளவு ஒத்திருக்கும் இந்த விலங்கிற்கு அப்பலேச்சிய மலைப்பகுதிதான் பூர்வீகம். இவ்விலங்கால் தன் பின்னங்கால்களில் நடக்க முடியும், தன்னைத் துரத்தும் அம்புகளைவிட அதிக வேகமாக ஓட முடியும். இதன் மஞ்சள் நிறக் கண்களுக்கு வசியம் செய்யும் சக்தியும் அடுத்தவருடைய மனத்திற்குள் ஊடுருவிச் சென்று அங்கு நிகழ்பவற்றைத் துல்லியமாகப் புரிந்து கொள்ளும் சக்தியும் உள்ளன. செரோக்கிப் பழங்குடியினர் இவ்விலங்கைப் பற்றி மிக விரிவாக ஆய்வு செய்துள்ளனர். வாம்பஸ் கேட்டின் பூர்வீகமும் இவர்களுடைய பூர்வீகமும் ஒன்றுதான். இப்பழங்குடி மக்கள் மட்டுமே மந்திரக்கோலைச் செய்வதற்கு இவ்விலங்கின் முடியைக் கைப்பற்றுவதில் வெற்றி பெற்றுள்ளனர். 1832ல், சின்சினாட்டி நகரைச் சேர்ந்த ஏபெல் ட்ரீடாப்ஸ் என்ற மந்திரவாதி, மந்திரவாதிகளின் வீடுகளுக்குப் பாதுகாவலாக இருக்க இந்த விலங்கைப் பழக்கப் படுத்துவதற்கான ஒரு வழிமுறையைத் தான் கண்டுபிடித்திருந்ததாகக் கூறினான். ஆனால் மேஜிக்கல் காங்கிரஸ் ஆஃப்

த யுனைட்டட் ஸ்டேட்ஸ் ஆஃப் அமெரிக்கா அவனுடைய வீட்டைச் சோதனையிட்டபோது, 'என்கார்ஜ்மென்ட் சார்ம்' ஒன்றை உடலைப் பெரிதாக்குவதற்காக நீஸில்கள்மீது அவன் பிரயோகித்துக் கொண்டிருந்ததை அவர்கள் கண்டுபிடித்தனர். இதன் மூலம், அவன் ஓர் ஏமாற்றுப் பேர்வழி என்பது வெட்டவெளிச்சமானது. வட அமெரிக்காவிலுள்ள இல்வர்மார்னி ஸ்கூல் ஆஃப் விச்கிராஃப்ட் அன்ட் விஸட்ரியின் ஒரு மாணவர் அணிக்கு வாம்பஸ் கேட்டின் பெயர் சூட்டப்பட்டுள்ளது.

வியர்உல்ஃப்

மி.ஆ.மே. வகைப்பாடு: XXXXX[16]

இது வட ஐரோப்பாவில் தோன்றியதாக நம்பப்படுகிறது என்றாலும், இப்போது உலகம் நெடுகிலும் காணப்படுகிறது. ஒரு வியர்உல்ஃப் ஒரு மனிதனைக் கடிக்கும்போது அவன் ஒரு வியர்உல்ஃபாக மாறுகிறான். இந்தக் கடிக்கு எந்த மருத்துவத் தீர்வும் இருப்பதாகத் தெரியவில்லை என்றாலும், போஷன்கள் தயாரிப்பில் ஏற்பட்டுள்ள சமீபத்திய முன்னேற்றங்கள், மிக மோசமான நோய் அறிகுறிகளைப் பெருமளவு களைய வல்லவையாக விளங்குகின்றன. அதுவரை இயல்பான மந்திரவாதியாகவோ அல்லது மகுளாகவோ இருக்கின்ற, ஆனால் வியர்உல்ஃபால் கடிக்கப்பட்ட ஒருவன், மாதத்திற்கு ஒரு முறை, பௌர்ணமி நாளன்று, ஒரு கொடூரமான விலங்காக மாறுகிறான். மாயாஜால விலங்குகளில் வியர்உல்ஃப் மட்டுமே

---

16. இந்த வகைப்பாடு, வியர்உல்ஃப் வடிவத்தைக் குறிக்கிறது. பௌர்ணமி அல்லாத நாட்களில் அது பிற மனிதர்களைப்போலவே ஆபத்தற்றது. தான் ஒரு வியர்உல்ஃபாக மாறியிருந்ததாக நினைத்த ஒரு மந்திரவாதி அனுபவித்த மனப் போராட்டங்களைப் பற்றிய, இதயத்தைக் கசக்கிப் பிழியும் கதையைத் தெரிந்து கொள்வதற்கு, 'ஹேரி ஸ்னௌட், ஹியூமன் ஹார்ட்' என்ற புத்தகத்தைப் படியுங்கள் (விஸ் ஹார்டு புக்ஸ் வெளியீடு, *1975*). இதன் ஆசிரியர் யார் என்பது தெரியவில்லை.

வேறு எந்தவோர் இரையையும்விட மனிதர்களை மும்முரமாக வேட்டையாடுகிறது. இது அதன் தனித்துவமான பண்புநலனாக இருக்கிறது.

விங்டு ஹார்ஸ்

மி.ஆ.மே. வகைப்பாடு: XX-XXXX

விங்டு ஹார்ஸ்கள் உலகம் நெடுகிலும் காணப்படுகின்றன. இவற்றில் பல வகைகள் இருக்கின்றன. வெளிர் பொன்னிறத்தைக் கொண்ட, அளப்பரிய சக்தி வாய்ந்த அப்ராக்ஸன்; பிரிட்டன் மற்றும் அயர்லாந்தில் பிரபலமாக உள்ள, செம்பழுப்பு நிறத்தைக் கொண்ட ஏத்தோனன்; சாம்பல் நிறத்தைக் கொண்ட, அதிவேகமாகப் பறக்கக்கூடிய கிரேனியன்; கரிய நிறம் கொண்ட, மாயமாய் மறைந்து கொள்ளும் திறன் பெற்ற, துரதிர்ஷ்டமானது என்று பல மந்திரவாதிகளால் நம்பப்படுகின்ற அரிய தெஸ்ட்ரல் ஆகியவை அவற்றில் சில. ஹிப்போகிரிஃபின் விஷயத்தில் உள்ளதைப்போலவே, ஒரு விங்டு ஹார்ஸின் சொந்தக்காரர், டிஸ்ஸில்யூஷன்மென்ட் சார்ம்ஸைக் குறிப்பிட்டக் கால இடைவெளிகளில் அதன்மீது பயன்படுத்த வேண்டியது கட்டாயமாகும் (முன்னுரையைப் பார்க்கவும்).

யெட்டி

(பிக்ஃஃபுட், அபாமினபில் ஸ்னோமேன் என்றும் இது அழைக்கப்படுகிறது)

மி.ஆ.மே. வகைப்பாடு: XXXX

திபெத்தைப் பூர்வீகமாகக் கொண்ட யெட்டி, ட்ரோலின் உறவு என்று நம்பப்படுகிறது. ஆனால், அதை நிரூபிக்கத் தேவையான சோதனைகளை மேற்கொள்வதற்கு யெட்டியின் அருகே இதுவரை யாரும் சென்றதில்லை. சுமார் பதினைந்தடி உயரம் கொண்ட இது, உச்சந்தலையிலிருந்து உள்ளங்கால்வரை தூய்மையான வெண்ணிற முடியால் மூடப்பட்டுள்ளது. தன் வழியில் குறுக்கிடுகின்ற எந்தவொரு ஜீவராசியையும் அது கபளீகரம் செய்துவிடும் என்றாலும், நெருப்பைக் கண்டால் அதற்கு பயம். திறமையான மந்திரவாதிகளால் இதனை எதிர்க்க முடியும்.

நூலாசிரியர் பற்றி

நியூட்டன் ('நியூட்') ஆர்ட்டிமிஸ் ஃபிடோ ஸ்கமேன்டர் 1897ல் பிறந்தவர். அற்புதமான விலங்குகள்மீது அவர் கொண்டிருந்த ஆர்வத்திற்கு உரமிட்டு வளர்த்தவர் அவருடைய தாயார்தான். அப்பெண்மணி வினோதமான ஹிப்போகிரிஃப்களை உற்சாகமாக வளர்த்து வந்தார். ஸ்கமேன்டர் 'ஹாக்வார்ட்ஸ் ஸ்கூல் ஆஃப் விச்கிராஃப்ட் அன்ட் விஸட்ரி'யில் படித்து முடித்தப் பிறகு, மினிஸ்ட்ரி ஆஃப் மேஜிக்கின் 'டிபார்ட்மென்ட் ஃபார் த ரெகுலேஷன் அன்ட் கன்ட்ரோல் ஆஃப் மேஜிக்கல் கிரீச்சர்ஸில்' வேலைக்குச் சேர்ந்தார். 'ஆபீஸ் ஃபார் ஹவுஸ்-எல்ஃப் ரீலொகேஷனில்' இரண்டு ஆண்டுகள் வேலை செய்த பிறகு, 'விலங்கு' பிரிவுக்கு அவர் மாற்றப்பட்டார். முந்தைய அலுவலகத்தில் தான் கழித்த இரண்டு ஆண்டுகளை அவர் 'மிகக் கடினமான காலகட்டம்' என்று விவரிக்கிறார். விசித்திரமான மாயாஜால விலங்குகள் பற்றி இயல்பாகவே அவருக்கு இருந்த அளப்பரிய அறிவால், விலங்குப் பிரிவில் அவருக்கு வேகமாகப் பதவி உயர்வுகள் கிடைத்தன.

1947ல் 'வியர்உல்ஃப் ரிஜிஸ்டரின்' உருவாக்கத்திற்கு அவர் ஒருவர்தான் காரணம் என்றாலும், 1965ல் இயற்றப்பட்ட, பரிசோதனை முறையில் மாயாஜால விலங்குகளை வளர்ப்பதற்கு எதிரான சட்டம் குறித்துத் தான் அதிகப் பெருமிதம் கொள்வதாக அவர் கூறுகிறார். இச்சட்டத்தின் விளைவாக, பிரிட்டனுக்குள் புதிய மற்றும் பழக்கப்படுத்தப்பட முடியாத விலங்குகளை வளர்ப்பது வெற்றிகரமாகத் தடுக்கப்பட்டது. 'டிராகன் ரிஸர்ச் அன்ட் ரிஸ்ட்ரெயின்ட் பியூரோவில்' அவர் ஆற்றிய பணி, வெளிநாடுகளில் பல ஆராய்ச்சிகளில் அவர் ஈடுபடுவதற்கு வழி வகுத்தது. அந்தப் பயணங்களின்போது அவர் திரட்டிய தகவல்கள், பின்னர் உலகம் நெடுகிலும் புகழ் பெற்ற அவருடைய 'மாயஜால விலங்குகளும் அவை ரகசியமாக உலாவும் இடங்களும்' என்ற நூலுக்கான அடித்தளமாக அமைந்தன.

1979ல் 'ஆர்டர் ஆஃப் மெர்லின், செகன்ட் க்ளாஸ்' பட்டம் நியூட் ஸ்கமேன்டருக்கு வழங்கப்பட்டது. மாயாஜால விலங்குகள் குறித்த ஆய்வான மாஜிஸூவாலஜிக்கு அவர்

ஆற்றியுள்ள சேவைகளை அங்கீகரிக்கும் விதமாக அவருக்கு இப்பட்டம் வழங்கப்பட்டது. இப்போது பணியிலிருந்து ஓய்வு பெற்றுள்ள அவர், தன் மனைவி பார்பெண்டினாவோடும் தங்கள் செல்லப் பிராணிகள் ஹாப்பி, மில்லி, மாலர் ஆகியோருடனும் டார்ஸெட் என்ற இடத்தில் வசித்து வருகிறார்.

ஹோடேக்

நீங்கள் மாயாஜால விலங்கியல்வாதியா?

எண்ணற்ற இளம் மந்திரவாதிகள், மாயாஜால உலகில் வசிக்கும் அற்புதமான மிருகங்களைப் பற்றி, நீங்கள் கைகளில் வைத்திருக்கும் புத்தகத்தில் இருந்து அறிந்திருக்கிறார்கள். ஹாக்வார்ட்ஸில் இருந்து பட்டம் பெற்ற பிறகு, ஹாரி பாட்டரின் நெருங்கிய நண்பர்கள் சிலர் இந்த மந்திர உயிரினங்களுடன் வேலை செய்யச் சென்றனர். லூனா லவ்குட் மாயாஜால உலகின் உயிரினங்களின் ஆர்வலர் என்று புகழடைந்தார், அவர் நியூட் ஸ்கேமண்டர் போன்று பல புதிய விலங்கினங்களைக் கண்டுபிடித்து வகைப்படுத்தினார். ஹெர்மியோன் கிரேஞ்சர் மாயாஜால அமைச்சகத்தில் உள்ள மாயாஜால உயிரினங்களின் ஒழுங்குமுறை மற்றும் கட்டுப்பாட்டுத் துறையில் முதல் வேலையைத் தொடங்கினார். மாயாஜால உலகில் விலங்கியல்வாதி ஆவதற்குத் தேவையானவை உங்களிடம் இருக்கிறதா என்று எங்களின் இந்தக் கொடூரமான மிருகத்தனமான வினாடி வினாவில் கலந்து கொண்டு அறிந்துகொள்ளுங்கள்.

1. 1811 இல், மாயாஜாலத் துறை அமைச்சர் க்ரோகன் ஸ்டம்பின் கீழ், மாயாஜால உயிரினங்களின் ஒழுங்குமுறை மற்றும் கட்டுப்பாட்டுத் துறை மூன்று பிரிவுகளாகப் பிரிக்கப்பட்டன. அவை எவை?
   a) விலங்கு, பறவை, உயிரினம்
   b) உயிரினம், விலங்கு, சிறுதெய்வம்
   c) விலங்கு, உயிரினம், ஆவி
2. வட அமெரிக்க விலங்கான ஹோடாக் எந்த விலங்கை உண்ண விரும்பும்?
   a) பூந்திமுன்
   b) தி மூன்கால்ஃப்
   c) நோக்டெயில்

3. பின்வரும் மந்திர மிருகங்களில் மனிதனைப் போல பேச வல்ல ஒன்று மட்டும் மந்திரவாதிகளால் உருவாக்கப்பட்டதாக கூறப்படுகிறது. எந்த ஒன்று அது ?

a) சென்டார்

b) ஜார்வி

c) அக்ரோமாண்டுலா

4. குவின்டேப்டு, எந்தக் குலங்களின் தலைவர்களுக்கு இடையே ட்ரியர் தீவில் நடந்த மோதலின் விளைவாக உருவானதாகக் கருதப்படுகிறது ?

a) மெக்லிவர்ட்ஸ் மற்றும் மேக்பூன்ஸ்

b) மேக்பீன்ஸ் மற்றும் மெக்லாவர்ட்ஸ்

c) மேக் கிளாபர்ட்ஸ் மற்றும் மெக்பூன்ஸ்

5. பியூக்ஸ்பேட்டனின் மேடம் மேக்சினுக்குப் பிடித்த, அந்தப் பள்ளியின் வண்டியை இழுக்கும் ,சிறகுகள் கொண்ட குதிரைகளில் மிகவும் வலிமையான இனம் எது?

a) அப்ரக்சன்

b) கிரானியன்

c) தெஸ்ட்ரல்

6. எந்த மாயாஜால உயிரினத்தின் கொம்பு பி பிரிவில் வர்த்தகம் செய்யக்கூடிய பொருள் (ஆபத்தான மற்றும் கண்டிப்பான கட்டுப்பாடுடையது)?

a) யூனிகார்ன்

b) எறும்பென்ட்

c) தி க்ரம்பிள்-ஹார்ன்ட் ஸ்நோர்காக்

7. இங்கிலாந்து முழுவதும் சோதனை முறையில் இனப்பெருக்கம் செய்யத் தடை வந்தது எந்த ஆண்டில் ?

a) 1794

b) 1926

c) 1965

8. பல மாயாஜால மிருகங்களுக்குக் கண்ணுக்குப் புலப்படாமல் இருக்கும் சக்தி உள்ளது. பின்வருவனவற்றில் எதற்கு அந்த சக்தி இல்லை?

a) டெபோ

b) டெமிகுயிஸ்

c) ப.:.ப்ஸ்கெய்ன்

9. ஸ்னேலிகேஸ்டர் வேறு எந்த அற்புதமான உயிரினத்தின் தொலைதூர உறவினம் ?

a) ஒக்காமி

b) மாண்டிகோர்

c) ஹிப்போக்ரி.:.ப்

10. இன்றைய உலகில் எத்தனை அறியப்பட்ட தூய டிராகன் இனங்கள் உள்ளன?

a) 6

b) 8

c) 10

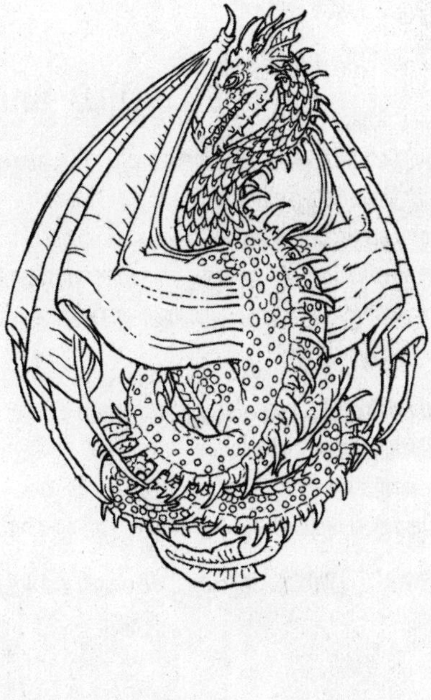

பதில்கள்

ஒவ்வொரு சரியான பதிலுக்கும் ஒரு புள்ளியை நீங்களே அளியுங்கள் :

1. c 2. b 3. c 4. a 5. a 6. b 7. c 8. c 9. a 10. c

1-3 புள்ளிகள்: அதிகம் இல்லை ! நீங்களாக இருப்பதாக நினைக்கிறீர்கள், உண்மையில் உங்களிடம் இல்லை, தொடங்கிய இடத்திற்கேத் திரும்பிச் சென்று, மாயாஜால விலங்குளைப் பற்றிய உங்கள் அறிவைத் துலக்குங்கள்.

4-7 புள்ளிகள்: அது மென்மயிரோ, கோரைப்பல்லோ அல்லது நகமோ, நீங்கள் மந்திரவாதி உலகில் கண்ணுக்குத் தெரியாமல் பதுங்கியிருக்கும் மிருகங்களை பற்றி நன்றாக அறிந்துள்ளீர்கள்.

8 புள்ளிகள் மற்றும் அதற்கு மேல்: வாழ்த்துக்கள்! முக்குல்ஸ் ஹாக்வார்ட்ஸில் உள்ள மாயாஜால உயிரினங்களின் கவனிப்பைப் படிக்க முடிந்தால், நீங்கள் தான் அந்த வகுப்பில் முதல் இடத்தில இருப்பீர்கள்.

மேலும் படிக்க

அருமையான மிருகங்கள் மற்றும் அவைகளை எங்குக் காணலாம் பிரதிகளை நன்றாகப் படித்த பின், ஆர்வமுள்ள கற்றுக்குட்டி மாயாஜால விலங்கியல் வல்லுநர்கள் ஒரு பூதத்தை எவ்வாறு சமாளிப்பது அல்லது? மாண்டிகோரில் இருந்து கொடுக்கை எவ்வாறு எடுப்பது என்பது குறித்த கூடுதல் உதவிக்குறிப்புகளைத் தேடுகிறார்கள்.

மான்ஸ்டர் புக் ஆ:ப் மான்ஸ்டர்ஸ். மொத்தமும் மல்யுத்தம் நிறைந்தது இதமான உறக்க நேர வாசிப்பு அல்ல. நம் உணர்ச்சிகளைக் கட்டுப்படுத்த பட்டை தேவைப்படும் ஒரு தீயத் தொகுதி. ரூபியஸ் ஹாக்ரிட் பரிந்துரைகளில் ஒன்று.

கிரேட் பிரிட்டன் மற்றும் அயர்லாந்தின் டிராகன் இனங்கள்.

மந்திரவாதிகள் மற்றும் முக்குல்ஸ் இடையே எப்போதும் பிரபலமான விஷயம். அவர் சீட்டாட்டத்தில் வென்ற அந்த டிராகன் முட்டையை அடையாளம் காண ஹாக்ரிட் இந்தத் தொகுதியைப் படித்திருக்கலாம்

மகிழ்ச்சி மற்றும் லாபத்திற்காக டிராகன் இனப்பெருக்கம். முட்டையிலிருந்து வளர்ந்த விலங்காக ஒரு டிராகனை எவ்வாறு வளர்ப்பது என்பதற்கான நடைமுறை உதவிக்குறிப்புகளின் சிறுகுறிப்பு. இதையும் கூடப் படிக்கலாம் முட்டை முதல் இன்ஃபெர்னோ வரை டிராகன் வளர்ப்பவரின் வழிகாட்டி. (டிராகன் முட்டைகள் A வகை வர்த்தகம் செய்ய முடியாத பொருட்கள் என வகைப்படுத்தப்பட்டுள்ளது என்பதை லாபத்திற்காக டிராகன்களை இனப்பெருக்கம் செய்ய விரும்பும் எந்த மந்திரவாதியும் கருத்தில் கொள்ள வேண்டும்.)

மெர்பீப்பிள் : அவர்களின் மொழி மற்றும் பழக்கவழக்கங்களுக்கான ஒரு விரிவான வழிகாட்டி. இந்த மூர்க்கமான மனிதர்களின் மொழியான மெர்மிஷ் மொழியில் புலமையடைய விரும்பும் அனைவருக்கும் பயனுள்ள வழிகாட்டி.

ஹிப்பாக்ரிஃப் சைக்காலஜி கையேடு. தீய நடத்தைக்காக புகழ்பெற்ற ஒரு மிருகத்தைப் பற்றிய உளவியல் நுண்ணறிவுகள் நிறைந்த புத்தகம். (மேலும் பார்க்கவும் காட்டுக்கோழியா அல்லது அருவருப்பானதா? ஹிப்போக்ரிஃப் மிருகத்தனம் பற்றிய ஆய்வு.) ஆடம்பரமான ஹிப்போக்ரிஃப்ஸின் பொழுதுபோக்காக வளர்ப்பவருக்கு பயனுள்ள குறிப்பு.

கில்டெராய் லாக்ஹார்ட்டின் வீட்டுப் பூச்சிகளுக்கான வழிகாட்டி. அதன் ஆசிரியரைப் போலவே மிகைப்படுத்தப்பட்டிருக்கலாம், ஆனால் மோலி வெஸ்லிக்கு எப்போதும் மிகவும் பிடித்தது, நீங்கள் டாக்ஸிஸ் அல்லது குட்டி மனிதர்களால் ஈர்க்கப்பட்டிருந்தால் நீங்கள் படிக்க வேண்டிய ஒரு இன்றியமையாதக் குறிப்பாக அவர் இதைக் கருதுகிறார்.

COMIC RELIEF

2001ம் ஆண்டிலிருந்து ஜே.கே. ரோலிங் எழுதியுள்ள புத்தகங்கள், குறிப்பாக காமிக் ரிலீஃப் தொண்டு நிறுவனத்திற்காக அவர் எழுதியுள்ள 'குவிடிச் - மாயாஜால விளையாட்டின் வரலாறு' புத்தகமும் 'மாயாஜால விலங்குகளும் அவை ரகசியமாக உலாவும் இடங்களும்' புத்தகமும் இதுவரை 2 கோடி பவுண்டுகள் நிதி திரட்டிக் கொடுத்திருக்கின்றன. இந்த மாயாஜாலமான பெரும்பணம் ஏற்கனவே எண்ணற்ற மக்களின் வாழ்க்கையைச் சிறப்பாக மாற்றுவதற்காகக் கடினமாக உழைத்துக் கொண்டிருக்கிறது.

இப்புதிய பதிப்பின் மூலமாகத் திரட்டப்படும் நிதி, உலகெங்குமுள்ள குழந்தைகள் மற்றும் இளைஞர்களுக்காகச் செலவிடப்படும். எதிர்காலத்தில் பாதுகாப்பாகவும் ஆரோக்கியமாகவும் கல்வி அறிவோடும் திகழ்வதற்கு அவர்கள் தங்களைத் தயார்படுத்திக் கொள்ள அது அவர்களுக்கு வாய்ப்பளிக்கும். மோதல்கள், வன்முறை, புறக்கணிப்பு, போன்றவற்றை உள்ளடக்கிய மிகக் கடினமான சூழல்களில் தங்களுடைய வாழ்க்கையைத் துவக்கும் குழந்தைகளுக்கு உதவ வேண்டும் என்பதில் நாங்கள் குறியாக இருக்கிறோம்.

உங்கள் ஆதரவுக்கு மிக்க நன்றி. காமிக் ரிலீஃப் அமைப்பைப் பற்றி மேலும் தெரிந்து கொள்ள comicrelief.com என்ற இணையத்தளத்திற்குச் செல்லுங்கள். முகநூல் அல்லது டுவிட்டர் (@comicrelief) மூலமாகவும் நீங்கள் எங்களைப் பின்தொடரலாம்.

LUMOS

உலகம் நெடுகிலும் ஐந்து லட்சம் குழந்தைகள் அனாதை இல்லங்களில் வாழ்ந்து கொண்டிருக்கின்றனர். ஆனால் அவர்களில் எண்பது சதவீதத்தினர் உண்மையான அனாதைகள் அல்ல.

பெரும்பாலான குழந்தைகள் இந்த இல்லங்களில் சேர்க்கப்பட்டுள்ளதற்குக் காரணம் அவர்களுடைய பெற்றோர் ஏழைகள் என்பதும், அவர்களால் அக்குழந்தைகளுக்குத் தேவையானவற்றைக் கொடுக்க முடியாமல் இருப்பதும்தான். பல அனாதை இல்லங்கள் நல்ல நோக்கத்துடன் நிறுவப்பட்டிருந்தாலும், அத்தகைய இல்லங்களில் வளர்க்கப்படுகின்ற குழந்தைகளின் ஆரோக்கியமும் வளர்ச்சியும் பாதிக்கப்படுகின்றன என்றும், அவர்கள் உடல்ரீதியாகவும் மனரீதியாகவும் சித்தரவதைக்கு ஆளாவதற்கும் கடத்தப்படுவதற்குமான வாய்ப்புகள் அதிகரிக்கின்றன என்றும், ஒரு மகிழ்ச்சியான மற்றும் ஆரோக்கியமான எதிர்காலத்திற்கான அவர்களுடைய வாய்ப்புகள் வெகுவாகக் குறைகின்றன என்றும் எண்பது ஆண்டுகளுக்கும் மேலாக மேற்கொள்ளப்பட்டு வருகின்ற ஆய்வுகள் கூறுகின்றன.

சுருக்கமாகக் கூறினால், குழந்தைகளுக்குத் தேவை அனாதை இல்லங்கள் அல்ல, அவர்களுக்குத் தேவை குடும்பங்களே.

ஜே.கே. ரோலிங்கால் தோற்றுவிக்கப்பட்ட லூமோஸ் என்ற தொண்டு நிறுவனத்திற்கு, இருட்டான இடங்களுக்கு வெளிச்சத்தைக் கொண்டுவருவதற்கு ஹாரி பாட்டர் பயன்படுத்துகின்ற ஒரு வசியத்தின் பெயர் கொடுக்கப்பட்டுள்ளது. லூமோஸில் நாங்கள் துல்லியமாக அதைத்தான் செய்கிறோம்.

அனாதை இல்லங்களில் மறைத்து வைக்கப்பட்டுள்ள குழந்தைகளை வெளிச்சத்திற்குக் கொண்டுவரவும், உலக அளவில் பராமரிப்பு நிறுவனங்களின் நிர்வாக அமைப்புமுறையைப் பரிபூரணமாக மாற்றவும் நாங்கள் முயற்சித்து வருகிறோம். குழந்தைகள் தங்களுக்குத் தேவையான குடும்பங்களையும் எதிர்காலத்தையும் பெறுவதற்கு அவர்களுக்கு உதவுவதே லூமோஸ் அமைப்பின் நோக்கமாகும்.

நீங்கள் இப்புத்தகத்தைப் பணம் கொடுத்து வாங்கியுள்ளதற்கு மிக்க நன்றி. மாற்றம் வேண்டித் துவக்கப்பட்டுள்ள உலகளாவிய இயக்கத்தின் ஒரு பகுதியாக ஜே.கே. ரோலிங்கோடும் லூமோஸோடும் நீங்கள் இணைந்து கொள்ள விரும்பினால், அது குறித்த விபரங்களுக்கு wearelumos.org, @lumos மற்றும் ஃபேஸ்புக்கைப் பார்க்கவும்.

உங்களுக்காகக் காத்துக் கொண்டிருக்கிறது
மாயாஜாலக் கொண்டாட்டம்!

ஹாரி பாட்டர் புத்தக இரவு

இந்த வேடிக்கைக் கொண்டாட்டத்தில்
கலந்து கொள்ள ஆவலாக இருக்கிறீர்களா?
இங்கே நுழையுங்கள்:

harrypotterbooknight.com

விளையாட்டுகள், போட்டிகள்
மற்றும் வேடிக்கை வினோதங்களைத்
தரவிறக்கம் செய்ய:

harrypotter.bloomsbury.com